法廷通訳ハンドブック実践編

【ベトナム語】
（改訂版）

最高裁判所事務総局

はじめに

　法廷通訳については，通訳の対象が法廷という極めて特殊な状況での会話であるために，通訳一般で必要とされる十分な語学力に加えて，法廷通訳に求められる特別の心構えや刑事手続の基本的な知識を身につける必要があります。そして，経験を積む中で，刑事手続への理解を深め，事実に争いがある否認事件等の複雑な手続や，控訴審などの通常の第一審と異なる手続の通訳もこなせるようなレベルにまで，能力を向上させていくことが期待されます。このようなレベルに達するには，法廷での特殊な用語，法律的な知識など法廷通訳に特有の事項をよく理解することが必要となります。

　本書は，そのための手助けになるように，平成元年度から順次刊行した法廷通訳ハンドブックの姉妹編として作成しました。

　本書では，できるだけ実践的な内容とすることを心がけ，第1編では刑事手続の流れに沿って，通訳人からよく質問される事項をQ＆Aの形でまとめ，第2編では，控訴審の手続をできるだけ平易に説明するとともに，第3編及び第4編では，法廷で使用されることの多いやりとりの具体例や，法律用語などの通訳例をできる限り網羅的に掲載することを心がけました。

　なお，本書の初版が刊行されてから相当期間が経過しており，その間，法改正や新法の制定が行われ，刑事裁判に関する様々な制度（公判前整理手続，即決裁判手続，裁判員の参加する刑事裁判手続，犯罪被害者等が刑事裁判に参加する制度等）が実施されています。

　そこで，今回，これらの法改正等を踏まえて，初版の内容を見直し，所要の改訂を行いました。

　本書が，初版と同様，広く刑事裁判の通訳に当たる方の一助となれば幸いです。

　　　　平成24年3月

　　　　　　　　　　　　　　最高裁判所事務総局刑事局

目　次

第1編

刑事裁判手続における通訳人の留意事項

第1編　刑事裁判手続における通訳人の留意事項

　　ここでは，通訳を必要とする刑事裁判での手続に即して，しばしば問題となる事項又は通訳人が留意すべき事項について説明します。法廷等で使用される用語の訳語については，５５ページの「法廷通訳参考例」又は１２７ページの「法律用語等の対訳」を参照してください。

第1章　一般的注意事項

①Ｑ　法廷通訳は，一般の通訳と比べてどのような特徴がありますか。

Ａ　法廷でのやりとりのうち，証人尋問や被告人質問は，その結果得られた証言や供述が，裁判の証拠として，犯罪事実の認定や刑の量定の基礎になる特に重要なものですから，すべての発言を逐語訳で行う必要があるという特徴があります。例えば，証人が証言内容を発言直後に訂正した場合には，訂正後の内容だけでなく訂正前の内容についてもそのまま通訳してください。

　　法廷での裁判官と検察官，弁護人とのやりとりについては，裁判長が必要な事項を要約することが多いと思われます。通訳すべき範囲を自分で判断するのではなく，裁判長の指示に従って通訳を行ってください。

②Ｑ　通訳人として守らなければならないことは何ですか。

A　良心に従って誠実に通訳をしてください。通訳をするに当たって，そのことを宣誓していただくことになります。また，裁判は，偏りのない公正な手続で行う必要がありますから，通訳人も，通訳するに当たっては，立場上中立公正さを疑われるような行動をとってはいけません。もしも，被告人や証人と知り合いであるなどの事情がある場合には，直ちに裁判所に申し出てください。

　　また，被告人又はその関係者に対しては，自分の氏名，住所，電話番号を教えないようにし，個人的に接触する機会を与えないでください。一緒に飲食をしたり，贈物を受け取るなどの行為は絶対にしないでください。

　　さらに，裁判の過程で知った事件に関する事項については，絶対に他に漏らさないでください。裁判所や検察官，弁護人から事前に送付を受けた書面については，その保管に注意するとともに，他人の目に触れることのないよう注意してください。

③Q　証人や被告人の発言を逐語訳したり，法廷でのやりとりを記憶しておくのは，大変なことだと思いますが，法廷に立ち会う際，どのような準備，工夫をすればよいですか。

A　法廷に立ち会う際には，自分の記憶だけに頼るのではなく，メモを取っておくことが不可欠です。メモを

取る際には，自分の理解しやすい記号や略語を用いたり，訴訟関係人の発言の順序などについて図式化して記録するなど，適宜工夫をするとよいでしょう。

　また，日ごろから，メモ取りをはじめとする様々なトレーニングを行い，通訳スキルの更なる向上を心がけておくことも重要です。

第2章　勾留質問手続

　逮捕された被疑者を引き続き留置しようとする場合，検察官は裁判官に対して勾留請求を行います。裁判官は資料を検討し，被疑事実に関する被疑者の言い分を聞いた上で，勾留するかどうか決めることになります。この言い分を聞く手続が勾留質問です。勾留質問は，裁判所の勾留質問室で行われます。被疑者が日本語を理解できない場合には，通訳人を介してこの手続を行うことになります。

Q　通訳人の人定尋問の際，被疑者に通訳人の氏名や住所を知られることはありませんか。被疑者に氏名住所等を知られたくない場合には，どうしたらよいですか。

A　裁判所では，通訳人の氏名，住所などの個人情報について，慎重に取り扱うよう配慮しています。

　勾留質問手続においては，裁判官は，通訳人の人定尋問の際，あらかじめ人定事項を記載した書面をもとに「このとおりですね。」などと確認する形で人定尋問を行うのが一般的です。

念のため事前に裁判所書記官（以下「書記官」といいます。）に対してそのような希望を申し出てください。

第3章　起訴後第1回公判期日前まで

第1節　起訴

　　刑事裁判は，検察官が裁判所に対して裁判を求めることによって開始されます。これを起訴又は公訴の提起といい，具体的には，検察官が，起訴状を裁判所に提出して行います。起訴状には，被告人の氏名，生年月日，住居など被告人を特定する事項，公訴事実，罪名及び罰条が記載されています。

　　起訴があると，それまで被疑者に対する被疑事件であったものが被告人に対する被告事件となって，裁判所で審理される状態になります。

第2節　起訴状概要の翻訳文の送付

1　趣旨

　　裁判所では，起訴があった場合，起訴状の概要を被告人の理解できる言語に翻訳した上，第1回公判期日前のできるだけ早い時期にその翻訳文を被告人に送付するという取扱いを行っています。これは，日本語を理解しない被告人に早期に起訴状の内容を理解させて，被告人の防御権を実質的に保障するとともに，公判審理の充実を図ろうとするものです。

2　実施の方法

　　起訴状概要の翻訳文を送付する運用を円滑に実施するため，典型的な公訴事実の要旨を翻訳した文例集が作成され，それ

ぞれの地方裁判所に用意されています。

　裁判所は，翻訳文を送付する際には，通訳人予定者等に，日本語で作成した起訴状記載の公訴事実の要旨，罪名及び罰条について翻訳を依頼し，翻訳文を作成してもらうこともあります。その際，先に述べた翻訳文例の翻訳例を参考にしていただくとよいと思います。出来上がった翻訳文は，裁判所から被告人に送付しています。

　1に記載した趣旨から，翻訳文の作成を依頼された場合には，速やかに翻訳文を作成して提出してください。

　なお，この翻訳料は，通訳人に対する通訳料とは別に，翻訳内容に応じて支給されます。

Q　裁判所から翻訳の依頼があった場合に留意する事項は何ですか。

A　書記官から，翻訳言語，提出期限などを示してお願いしますので，特に提出期限に留意してください。また，担当の書記官の氏名を聞いておくと，疑問点が生じた場合に照会するのに便利です。

第3節　法廷通訳の依頼

　要通訳事件では，適格な通訳人を選任することが極めて重要ですが，適格な通訳人であるためには，十分な語学力を有するとともに，中立公正であることが必要です。

　この点，捜査段階で付された通訳人を法廷における通訳人として選任することについては，裁判の公正に対する無

用の疑念を生じさせたり，捜査段階の通訳人の面前では，取調べ時に供述したことに心理的に影響されて，被告人が公判廷で自由に言い分を言えないおそれも考えられることから，法廷通訳には，できる限り捜査段階の通訳人と別の通訳人を選任することが望ましいと考えています。実際にも特段の事情のある場合を除き，別の通訳人を選任する運用がされています。

①Q　裁判所から通訳の依頼があった場合に確認しておく事項は何ですか。

A　①裁判所名，②担当裁判部と書記官の氏名，③内線番号，④通訳言語，⑤事件名，⑥被告人の氏名，⑦公判期日，⑧公判の予定所要時間，⑨弁護人が決まっていればその氏名と連絡先，⑩弁護人の国選，私選の別，⑪公判前整理手続や，即決裁判手続による審理が予定されているか，⑫裁判員の参加する裁判（以下「裁判員裁判」といいます。）であるかどうかなどを確認しておくとよいと思います。また，被告人が複数になると公判時間が長くなるとともに別々の日時に接見に同行することになるため，時間を要することに留意してください。

②Q　捜査段階で通訳した事件について法廷通訳を依頼された場合にはどうしたらよいですか。また，捜査段階で共犯者の通訳を行っている場合はどうですか。

A　裁判所は，捜査段階でどのような通訳人が付いたのかを知らないのが通常です。したがって，まずその旨を書記官に伝えてください。そのような場合には基本的には他の通訳人に依頼することになりますが，他に適格な通訳人の確保が困難な場合には通訳を再度依頼することもあります。その場合には御協力をお願いします。なお，共犯者の通訳の場合も基本的には同様です。

第4節　公判前整理手続

　　公判前整理手続とは，充実した公判審理を集中的・連日的に行うことを目的として，裁判所が，検察官及び弁護人の出席のもとで行う非公開の手続をいいます（事案によっては，検察官及び弁護人が出席せず，書面のやりとりによって行うこともあります。）。

　　公判前整理手続は，裁判員対象事件では必ず実施されますし，それ以外の事件では，裁判所が，充実した審理を集中的・連日的に行うために必要であると認めた場合に実施されます。そこでは，①事件の争点は何なのか，②公判において，どの証拠を，どういった順序で取り調べるのか，③公判期日をいつ行い，その期日での具体的な進行はどうするのかなどといったことが決められます。

　　公判前整理手続においては，被告人は，裁判所が特に出頭を求めない限り，その期日に出頭する義務はありません。したがって，被告人が期日への出頭を希望せず，裁判所で

も特に出頭を求めない場合には，被告人不出頭のままで行われます。

---

①Q　公判前整理手続で通訳を行うことはありますか。

　A　公判前整理手続期日に日本語を理解しない被告人が出頭する場合には，そこで行われた手続について通訳を行うことになります。なお，被告人が出頭しない公判前整理手続期日について通訳を依頼することはありませんが，期日直前になって被告人が出頭することになった場合には，急に通訳を依頼することもありますので，その場合には御協力をお願いします。

---

②Q　公判前整理手続では，公判審理に比べて，通訳はかなり困難なものになるのではないですか。

　A　従前の公判審理に比べて，難しい手続が行われるわけではありませんが，事案によっては，裁判所と当事者との間で，専門的な法律用語を用いた細かいやりとりがされることもあります。そのような場合，通訳のやり方について，あらかじめ裁判所と相談しておくとよいでしょう。

---

③Q　公判前整理手続が実施された事件の審理について，通常の事件と異なる点はありますか。

　A　公判前整理手続が実施された事件では，その後の公判期日において，検察官の冒頭陳述の終了後，弁護人

の冒頭陳述（弁護側の主張があるとき）及び公判前整
理手続の結果を明らかにする手続（66ページの参考
例参照）が行われます。

　また，証拠申請やこれに対する意見の聴取，証拠を
取り調べるかどうかなどに関する裁判所の決定は，通
常，公判前整理手続で既に行われているため，冒頭陳
述や結果顕出の手続が終了した後は，引き続き証拠の
取調べが行われます。

第5節　第1回公判期日の指定

　裁判所が公判の期日を指定する際には，あらかじめ通訳
人との間で日程の調整を行った上で期日の指定を行ってい
ます。

　また，弁護人は，第1回公判期日前（公判前整理手続期
日が開かれる場合には，その第1回期日前）に被告人と接
見し，日本の刑事裁判手続や起訴状の内容等を説明すると
ともに，事件について打合せをする必要がありますので，
裁判所は，それらに要する日数にも配慮して期日を指定し
ています。

Q　期日の打合せをする上で留意すべき事項は何ですか。
A　公判後に予定を入れている場合等で時間に制約がある
　ときには，「何時から次の予定が入っていますから，何
　時までしかできません。」というふうに，具体的に書記
　官に伝えてください。また，その期日については通訳を

することが可能な場合でも，その期日の直後から旅行に出かけるとか，他の仕事の関係などでしばらく法廷通訳を引き受けられない場合には，「いつからいつまでは引き受けられません。」ということを，事件の依頼があった際にはっきり伝えてください。

第6節　裁判所と通訳人との連絡及び通訳人の事前準備

通訳人として選任されることが決まった場合には，書記官から，第1回公判期日の通知（公判前整理手続期日に被告人が出頭する場合には，その期日の通知）がされるとともに，当該期日に在廷してほしいという依頼があります。また，法廷通訳の準備のために，起訴状写しを郵便等で送付します（公判前整理手続の場合には，当事者から提出された書面が送付される場合もあります。）。裁判所によっては，起訴状写しなどとともに，裁判部（裁判官名），書記官名，裁判部の電話番号，被告人の勾留場所，裁判所の近辺の地図等の必要事項を記載した事務連絡文書を送付することもあります。

なお，第1回公判期日前には，通訳人の準備のために検察官が作成した冒頭陳述書又は冒頭陳述メモ，書証の朗読（要旨の告知）のためのメモ（結審予定の場合には，さらに検察官作成の論告要旨，弁護人作成の弁論要旨）が交付されるのが一般的です。

①Q　法廷通訳の経験のない通訳人の場合，事前の準備と

してどのようなことが考えられますか。

A　事前に他の事件の法廷傍聴をしておくこと，法廷通訳ハンドブックを読むなどして勉強しておくこと，刑事裁判手続を分かりやすく説明した外国人事件用ビデオを裁判所で見せてもらうこと，裁判官又は書記官から手続の説明を受ける機会があればそれも活用することなどにより，刑事裁判手続の流れや法律用語などについて勉強しておくのがよいでしょう。また，冒頭陳述書等をできるだけ早く入手できるように，書記官から検察官や弁護人に伝えてもらうとよいでしょう。さらに，法廷に立ち会う際には，メモ取りの準備をしておくことが不可欠ですし，日ごろから通訳スキルを磨くための様々なトレーニングをしておくことも重要です（第1編第1章③Q＆A（2ページ）参照）。

②Q　通訳の準備のために，検察庁に事件の記録を見に行くことはできますか。

A　公判前の段階では，事件に関する書類は非公開とされていますから，一般的には見ることはできません。

③Q　どのような書面が事前に通訳人に交付されていますか。

A　事件によって異なりますが，一般的には，冒頭陳述書又は冒頭陳述メモ，書証の朗読（要旨の告知）のためのメモ，論告要旨，弁論要旨が交付されています。

なお，このように通訳人には準備のため訴訟に関す
　る書面が交付されますが，これらの書面は一切他に見
　せてはいけません。

④Q　事前に交付された書面によく分からない点がある場
　　合にはどうしたらよいですか。
　A　書面を作成した検察官，弁護人に確認することが望
　　ましいと思われます。一般的な法律用語の意味の確認
　　程度であれば，とりあえず書記官に確認するというこ
　　とでもよいでしょう。
　　　なお，法廷で提出される前の段階では，このような
　　書面は，裁判所の手元にはないことを承知しておいて
　　ください。

第7節　弁護人の接見への同行

　　外国人被告人の場合，日本の裁判制度に対する知識がほ
とんどないことが原因で不安に陥ることが少なくありませ
ん。弁護人はその職務として，起訴後できるだけ早い時期
に被告人と接見し，起訴状の内容を説明して言い分を聴く
とともに，日本の裁判制度等についても十分に説明するこ
とが求められています。
　　そこで，国選弁護事件においては，裁判所では弁護人に
対して，あらかじめ通訳人予定者の氏名，電話番号等を通
知し，弁護人が希望すれば通訳人予定者を接見に同行でき
るように配慮することにしています。

また，一定の事件については，起訴される前の段階で，被疑者の請求により国選弁護人が選任されることがあります。この場合には，国選弁護人や国選弁護人の候補者の指名等に関する業務を行う日本司法支援センター（法テラス）から，接見への同行を依頼されることがあります。

　したがって，裁判所や国選弁護人等からそのような依頼があれば，御協力をお願いします。

　なお，国選弁護事件において，弁護人の接見に通訳人が同行した場合には，弁護人から報酬や費用の支払を受けることができます。

---

①Q　弁護人の接見に同席した場合に留意すべき事項は何ですか。

　A　被告人から尋ねられても，絶対に自己の氏名や連絡先を教えてはいけません。被告人から理由を尋ねられた場合には，「教えてはいけないことになっています。」と答えてください。

　　また，弁護人にも通訳人の氏名等を被告人に対して紹介することのないよう話をしておくとよいでしょう。

　　さらに，接見の際に，被告人の話し方の癖等を把握しておくと，法廷通訳をする際に役立ちます。

---

②Q　接見の通訳をした際に，アクセントが強かったり，方言が交じっていたりして被告人の話す言葉が分かりづらかったり，逆に被告人が通訳人の通訳内容を理解

していないと思われた場合には，どうしたらよいです
か。

A　弁護人にその旨を告げるとともに，書記官にもその
ことを伝えてください。コミュニケーションがどの程
度取れているのか，取りにくい原因は何かなどを考慮
して，裁判官が，被告人にゆっくりあるいは繰り返し
話すように促すことでまかなえるかどうか，又は通訳
人の交替をしてもらうかなどの措置を検討することに
なります。

③Q　被告人が他の言語の通訳を希望している場合にはど
うしたらよいですか。

A　被告人の希望を書記官に伝えてください。同時に，
そのままの言語でも意思疎通が可能である場合にはそ
のことを伝えるとともに，その程度などについても伝
えてください。

④Q　被告人から，裁判の見通しについて尋ねられた場合
にはどうすればよいですか。

A　「通訳人はそのような質問に答えてはいけないこと
になっています。弁護人に相談してください。」と答
えるべきです。勝手に見通しを告げることはしないで
ください。

⑤Q　被告人から，家族に手紙を渡してほしいとか，差し

入れをするように家族に頼んでほしいというようなことを頼まれた場合にはどうしたらよいですか。

A 「通訳人はそのようなことをしてはいけないことになっています。弁護人に相談してください。」と答えるべきです。

⑥Q 弁護人から，被告人に差し入れをするよう被告人の家族に頼んでほしいと依頼された場合にはどうしたらよいでしょうか。

A 自分で依頼の適否について判断するのではなく，「裁判所に確認を取ってからでないとできませんので，裁判所に依頼の趣旨を伝え，確認を取ってください。」と言ってください。

⑦Q 被疑者段階での接見に同行した場合と，起訴後の接見に同行した場合とで，留意すべき点に違いはありますか。

A 基本的には，どちらの接見においても留意点に違いはありません。

ただし，被疑者段階では，事件はまだ裁判所において審理すべき状態にあるわけではないので，裁判官や書記官から具体的な指示を受けることはできません。

疑問点が生じた場合には，適宜弁護人に相談して，その指示を受けてください。

⑧Q 接見に同行した後に留意すべき事項がありますか。

A 被疑者や被告人には，接見交通権といって，立会人なくして弁護人と接見する権利が認められています。

そして，通訳人は特別に接見に同行することを許されているのですから，接見の際に交わされた被疑者又は被告人と弁護人とのやりとりを外部に漏らすようなことは，絶対に慎んでください。

このことは，裁判官や書記官に対してであっても同じです。

第4章　公判手続
第1節　法廷通訳一般

①Q　通訳をする際には，直接話法（・・・です。）の形で通訳をすべきでしょうか，間接話法（・・・だそうです。）の形で通訳をすべきでしょうか。

A　話者が話した内容で通訳すべきですから，直接話法の形で通訳してください。

②Q　被告人等が発言しない場合には，通訳人から発言するように促すべきでしょうか。

A　通訳人は法廷で自ら発言することは原則的にないと心得ておいてください。特に被告人には，黙秘権がありますから，勝手に発言を促すようなことをしてはいけません。

③Q　連続して行う通訳時間について希望がある場合に
　　はどうしたらよいですか。また，通訳中に休憩を取
　　りたい場合にはどうしたらよいですか。

　A　通訳人の方からは，１時間半から２時間くらいで
　　休憩を入れてほしいという意見が多いようです。経
　　験が少ない通訳人の場合には，もっと短い時間で休
　　憩が必要になることも考えられます。要望があれば，
　　事前に書記官に伝えておいてください。また，疲労
　　が激しい場合などには，開廷中であっても書記官に
　　そのことを告げて裁判官に伝えてもらうとよいでし
　　ょう。

④Q　被告人から不信感を持たれているなどの問題があ
　　ると感じた場合には，どうしたらよいですか。

　A　信頼関係に問題があると感じる場合には，書記官
　　にそのことを伝えてください。不信感の背景には，
　　例えば被告人が日本の裁判制度を誤解していること
　　が原因になっていることもあります。その場合には，
　　裁判官や弁護人から被告人に対し，日本の裁判制度
　　について説明することになります。

⑤Q　法制度，習慣，文化の異なる被告人の通訳を行う
　　に当たって，配慮すべき事項がありますか。

　A　法制度や歴史的背景の違い等から，被告人が通訳
　　人に対し敵対心を持つことや，逆に被告人の言おう

とする本当の意味が分からないことがあると思われます。したがって，法廷通訳を行うに当たっては，語学的な面だけでなく，その国の文化や法制度等を理解するよう日ごろから努めてください。

⑥Q 被告人の陳述について，配慮すべきことがありますか。特に罪状認否についてはどうですか。

A 裁判所も留意していますが，被告人によっては，陳述の際，一度にたくさん話し出すことがありますので，法廷に入ったらすぐにメモの準備をしておくことなどが必要です。

特に罪状認否は重要な手続ですので，慎重に通訳をする必要があります。被告人がうなずいた場合にも安易に「はい。」と通訳をするようなことは避けてください。

⑦Q 被告人が，弁護人の接見の際と異なることを述べた場合にはどうすればよいですか。

A 証拠となるのは，公判廷での発言ですから，接見の際の内容にかかわらず忠実に通訳すべきです。この場合には，接見の際の被告人の発言に影響されるようなことがあってはいけません。

⑧Q 書面を事前に交付された場合には，どのようなことに留意したらよいですか。

A　分からない法律用語，読めない地名，人名等があ
る場合には早めに尋ねておく必要があります。書証
の要旨の告知のために証拠等関係カードが交付され
ている場合には，略語表（１８５ページ参照）で書
証の表題を確認しておくとよいでしょう。

ただ，事件の進行によっては，事前に交付された
書面の内容が変更されることがありますので，柔軟
に対応する必要があります。

第2節　開廷前の準備

開廷前には，裁判官又は書記官と通訳人との間で，その
期日に予定された手続を確認するとともに，必要な書類や
送付した書類等が手元に届いているかどうか確認すること
もあります。この際に書類の中に分からない用語がある場
合には，説明を求めるとよいでしょう。

なお，通訳人には守秘義務がありますから，これらの書
類の取扱いには細心の注意を払ってください。

①Q　開廷前に準備しておく必要のあるものは何ですか。
　A　早めに書記官室へ行って（直接法廷に行くように言
われる場合もあります。），宣誓書の署名，出頭カー
ドの記載，報酬関係の書類への記載をする必要があり
ます。印鑑を持っている方は，このときに使いますの
で，印鑑を持参してください。

②Q　開廷前の時間はどのように過ごすとよいでしょうか。

　A　早めに法廷に行って，自分の座る位置を確認し，メモや起訴状等の書面を通訳する順序に重ねておくなどの準備をしておくと落ち着いて通訳できるでしょう。

　　なお，開廷前に勝手に被告人や被告人の関係者と話をしないようにしてください。

第3節　公判廷での手続

1　通訳人の宣誓等

まず，裁判官が，通訳人が本人であるか否かを確認する手続（人定尋問）を行います。

続いて，宣誓していただきます。宣誓書を手に持って，声を出して読んでください。宣誓する場所については，裁判官の指示に従ってください。

Q　通訳人の宣誓の際に氏名住所等を言いたくない場合にはどうすればよいですか。

A　勾留質問の際と同様，あらかじめ人定事項を記載した書面をもとに，裁判官が「このカードに記載されているとおりですね。」と尋ねるのが一般的です。

　念のため，事前に書記官にその旨を伝えておいてください。

2　被告人に対する宣誓手続等についての説明

裁判官の指示に従って，被告人に対し，自分がこの裁判に

おいて裁判所から通訳を命じられたこと，そして誠実に通訳することを宣誓した旨を告げてください。

なお，これ以降は，着席のまま通訳していただいて差し支えありません。

3　被告人の人定質問

裁判官は，被告人に対して，証言台の前に進み出るよう命じ，氏名，生年月日，国籍，日本における住居及び職業を尋ねます。

4　起訴状朗読

検察官が起訴状記載の公訴事実，罪名及び罰条を朗読します。

なお，性犯罪等の事件については，起訴状に記載されている被害者の氏名や住所などの被害者を特定させる事項を法廷において明らかにしない旨の決定（以下「被害者特定事項の秘匿決定」といいます。）がされることがあります。この場合には，起訴状に記載されている被害者の氏名や住所等は明らかにされず，「被害者に対し」であるとか，「○○市内の被害者方において」などと朗読されます。

①Q　起訴状につき，外国語に的確な訳語がない場合はどのようにすればよいですか。

　A　起訴状朗読では，起訴状に記載されている内容を忠実に通訳する必要がありますが，中にはぴったりと当てはまる訳語がない場合もあります。そのような場合には，説明を付加して訳さざるを得ないことになります。用語

の意味内容について不安がある場合には，事前に書記官
に相談してください。

②Q　被害者特定事項の秘匿決定がされた場合には，検察官
が朗読したとおりに通訳すべきですか。それとも，起訴
状に記載されている内容のとおり通訳すべきですか。
　A　必ず検察官が朗読したとおりに通訳してください。被
告人には，起訴状朗読後に起訴状及び起訴状概要の翻訳
文が示されますので，朗読されなかった部分を通訳する
必要はありません。

5　黙秘権の告知

裁判官が被告人に対し，黙秘権を告知します。

6　事件に対する被告人の陳述

裁判官が被告人に対し，公訴事実についての認否を尋ねま
す。

7　弁護人の意見

裁判官が，公訴事実について，弁護人に意見を求めます。
これが終わると，被告人は，裁判官の指示で着席します。

8　ワイヤレス通訳システムの利用

ワイヤレス通訳システムとは，送信機を装着した通訳人が
小声で通訳を行い，それを受信機のイヤホンを通じて被告人
に伝える装置です。公判廷における日本語での発言のうち，
事前に通訳人に書面が交付された手続部分について，日本語
での発言に並行して，あらかじめ準備した通訳内容を伝える

形で同時進行的な通訳ができるようにするものです。したがって,このシステムはいわゆる同時通訳とは異なるものです。

　これにより,手続を中断することなく,被告人に通訳内容を伝えることができることになるため,審理時間の短縮,ひいては通訳人の負担の軽減を図ることができるとともに,短縮された時間を証人尋問や被告人質問に充てて審理の充実を図ることができます。

　このシステムは,法廷では次のように運用されています。

(1)　通訳人が送信機を,被告人が受信機を,それぞれ使用する。

(2)　冒頭陳述,書証の要旨の告知,論告,弁論などのように,検察官又は弁護人があらかじめ準備し,通訳人に交付してあった書面を法廷においてそのまま朗読する手続に使用し,起訴状朗読,証人尋問,被告人質問及び判決宣告には使用しない。

---

①Q　ワイヤレス通訳システムを利用する場合に,通訳人として留意すべき事項は何ですか。

　A　まず,事前に交付された書面の内容を通訳できるように十分に準備をしておく必要があります。

　　また,被告人がワイヤレス通訳システムの使用を拒んでいるときは,その旨裁判所に伝えてください。

　　当該機器はささやくような声で話をしても被告人に聞こえるようになっています。できる限り声を落として通訳してください。

---

②Q　ワイヤレス通訳システムを使用する際には，検察官や弁護人が書面を読む速度に合わせて該当部分を通訳すべきですか。

A　書面の内容を通訳するわけですから，検察官や弁護人が書面を読む速度に合わせる必要はありません。むしろ，被告人に書面の内容を理解させる速度で通訳をすることが重要です。

9　証拠調べ手続

(1)　冒頭陳述

「この裁判で検察官が証拠により証明しようとする事実は，以下のとおりである。」などと告げた後，検察官が冒頭陳述を行います。

なお，公判前整理手続が実施された場合で，弁護側の主張があるときには，検察官の冒頭陳述の後に弁護人の冒頭陳述が行われ，引き続き公判前整理手続の結果を明らかにする手続が行われます（６６ページの参考例参照）。この場合，証拠申請等に関する以下の(2)から(4)の手続は，通常，公判前整理手続の中で既に行われているため，この後は(5)の証拠の取調べが行われることになります。

Q　冒頭陳述は一括して通訳するのでしょうか，それとも一文ごとに区切って通訳するのでしょうか。

A　一括して通訳する場合が多いと思われますが，書面が事前に交付されていないような場合には，一文ごとに通

訳をすることもあります。

(2) 検察官からの証拠申請

通常，冒頭陳述に引き続いて検察官が「以上の事実を立証するため証拠等関係カード記載の証拠を申請します。」などと述べます。

(3) 検察官の証拠申請に対する弁護人の意見

検察官の証拠申請に対して，弁護人が同意，不同意などの意見を述べます。同意，不同意という言葉は通常の日本語の意味とは異なる意味を持つものですから，その意味をしっかりと理解しておく必要があります。

また，この際に具体的な事実を示して，信用性がないとか，違法収集証拠であるというような主張がされることもありますので,メモを取る準備をしておく必要があります。

(4) 裁判所の証拠採否（証拠を採用するか却下するか）の決定

弁護人の同意がない限り，原則として証拠書類については，証拠調べをすることはできません。裁判所は，弁護人が同意した証拠書類について，必要性や相当性を判断した上，証拠として取り調べることを決定します。弁護人が不同意とした証拠については，それに代えて，証人尋問の請求がされることもあります。

(5) 採用された証拠の取調べ

ア　証拠書類の内容の要旨の告知（又は朗読）

交付された証拠等関係カードのうち採用された証拠書

類については，検察官が要旨を告知（又は朗読）するので，その順に，その内容を通訳してください。

イ　証拠物の展示

　証拠物の取調べは，検察官が採用された証拠物を法廷で示すことによって行いますが，このとき被告人に対する質問をする場合があります。すなわち，被告人が，裁判官の指示により証言台に進み出た後，検察官は被告人に対し，「検察官請求証拠番号〇〇番の・・・・を示す。」と述べ，「あなたは，この・・・・に見覚えがありますか。これはあなたの物ですか。」などと質問します。

(6)　証人尋問

ア　証人の宣誓及び虚偽の証言に対する注意

　証人が宣誓した後，裁判官から証人に対して，虚偽の証言をすると偽証罪で処罰される旨の告知があります。

イ　通訳の方法

(ｱ)　外国語を使用する証人の場合

a　被告人と同じ言語の場合

　日本語の尋問→通訳→証人の供述→通訳の順に行います。

b　被告人と異なる言語の場合（次の2通りがあります。）

(a)　日本語の尋問→証人に対する尋問の通訳→被告人のための尋問の通訳→証人の供述→日本語への通訳→被告人のための供述の通訳の順に行う方法

(b) 日本語の尋問→証人に対する尋問の通訳→証人
の供述→日本語への通訳→被告人のための尋問と
供述の通訳の順に行う方法

(a)の方法が原則ですが，この方法では，通訳の
間に，証人が質問の内容を忘れてしまうことなど
もありますので，これに代えて，(b)の方法を採る
こともあります。

(イ) 日本語を使用する証人の場合（次の2通りがありま
す。）

a 日本語の尋問→通訳→証人の供述→通訳の順に行
う方法

b 日本語の尋問→証人の供述→尋問と供述の通訳を
行う方法

aの方法が原則ですが，前記(ア)bと同じ理由でb
の方法を採ることも多いようです。

なお，情状証人の場合には，ある程度尋問と供述
を続けた後，裁判官が通訳人に供述の要旨を告知し，
まとめて通訳してもらうこともあります。

ウ 証人の不安や緊張等を緩和するための措置

犯罪によって被害を受けた方等が証人として証言する
場合，不安や緊張を緩和するため，次のような措置をと
ることが認められています。

(ア) 証言をする際，家族等に付き添ってもらうことがで
きます（付添い）。

(イ) 証人と被告人や傍聴席との間について立てなどを置

き，被告人や傍聴席の視線を気にせず証言することが
できます（遮へい）。

㈦ 事件によっては，法廷とテレビ回線で結ばれた別室
で証言することもできます（ビデオリンク）。

なお，遮へいの措置をとった際に，被告人の様子が見
えにくく，通訳をするに当たって支障がある場合には，
裁判官に申し出てください。被告人の着席位置を変更し
たり，つい立ての位置を調整するなど，裁判官が適宜判
断し，対処することになります。

---

①Q 質問とそれに対する答えがちぐはぐになった場合
　には，答えをそのまま訳すべきですか，それとも，
　もう一度聞き直すべきですか。

　A ちぐはぐのまま通訳してください。気になるよう
　なら裁判官に，「かみ合っていませんけれども通訳
　としてはそのまま伝えます。」と告げるとよいでし
　ょう。

---

②Q 質問の意味が不明瞭であったり，同音異義語でど
　ちらの意味かはっきりしないような場合にはどうす
　ればよいのですか。

　A 裁判官の許可を得て確認すべきです。

---

③Q 証人の発言等について，重要でないと思われる部
　分については通訳を省略してよいですか。

A 省略してはいけません。できる限り忠実に通訳してください。一部を省略したり内容をまとめたりすることはしないでください。

④Q 証人尋問の通訳を行う際には，どのような態度で行えばよいですか。

A 証人に対して中立な立場で接し，その証言等に対して，仮に不信や同情等を感じても，表情に出さないようにしてください。

⑤Q 証人があいまいな返事をしたり，証言をしている途中で，言い直しをした場合には，どのように通訳すべきですか。

A そのまま通訳をすべきです。内容を明確にさせるためや供述の矛盾を整理するため聞き直して供述を引き出したり，通訳人が勝手に解釈して断定的な通訳をしてはいけません。

⑥Q 証人の答えが長すぎて通訳しにくい場合には，どうしたらよいですか。

A 手を上げるなどして，裁判官に答えが長すぎて通訳しにくいことを伝えてください。そうすれば，裁判官が答えを一文ずつ区切って通訳するように指示したり，尋問者に対して問いを工夫してもらうよう指示するなど，適宜判断し，対応してくれます。

⑦Q　証言の内容が高度に専門的，技術的であるなどの理由により，そのまま通訳をすることに無理があると感じた場合には，どうしたらよいですか。

　A　直ちにそのことを裁判官に告げてください。分かる部分だけを通訳するようなことは，しないでください。

　　　可能であれば平易な内容に証言をし直してもらうなどの措置を採ることになります。

⑧Q　証人との間で，アクセントや方言のためにコミュニケーションが取りづらいときには，どうしたらよいですか。

　A　直ちにそのことを裁判官に告げて，指示を待ってください。程度にもよりますが，ゆっくり証言させたり，繰り返し証言することにより手当てができるのであれば，そのような方法を採ることになります。

⑨Q　通訳をする際には，発言者の表現を忠実に再現するべきですか。

　A　発言者と同じ表現を使ってください。例えば丁寧語を用いるなどして表現方法を改めるようなことはしないでください。

⑩Q　証言の途中で，例えば大きさや高さや量を示すために，証人が身振り手振りをした場合には，身振り

手振りも含めて通訳すべきですか。

A　言葉だけを通訳すればよく，身振り等を繰り返す必要はありません。

⑪Q　答えが聞き取れないなどの理由により，答えを繰り返してほしいと思ったときはどうすべきですか。

A　裁判官に，「聞き取れませんでしたので，証人に答えを繰り返すように頼んでもいいですか。」と断ってから頼んでください。

⑫Q　尋問に対して異議が出された場合には，どのようにしたらよいですか。

A　異議に対する意見，判断などの一連のやりとりを逐一通訳するのか，あるいは，やりとりが終わった後に裁判官が通訳すべき範囲をまとめて，それに従って通訳するのかなど，裁判官の指示に従って対応してください。ただ，一連のやりとりは，メモに取っておくとよいでしょう。

⑬Q　証言中の語句，言い回し等を理解できない場合や，通訳できない場合にはどうしたらよいですか。

A　証言の繰り返しや別の言葉での表現を頼んでよいかについて裁判官の許可を得てください。

⑭Q　証人等が人数や性別がはっきりしない代名詞を使った場合には，どうしたらよいですか。

A　そのために完全な通訳ができないことを裁判官に告げて，その部分をはっきりさせるように質問してよいかどうかの許可を得てください。

⑮Q　質問者が名前や数字を間違って質問している場合でもそのまま通訳すべきですか。

A　そのまま通訳すべきです。誤りの指摘や訂正についても裁判官や検察官，弁護人に任せてください。

ただ，明らかに誤解に基づく場合で，だれも気が付いていないと思われるときには，その旨を裁判官に指摘してください。

⑯Q　通訳に関し，正確性について疑問がある旨の指摘を受けた場合にはどうしたらよいですか。

A　裁判官の指示を待ってください。裁判官の許可があるまで，正確性について自分の意見を述べるのは差し控えてください。通常，裁判官は，問題とされた供述等を引き出す発問からやり直してもらい，あるいは発問の仕方を変えて平易な表現でその点を聞き直させることにより処理する場合が多いと思われます。

⑰Q　質問や発言の中に寸法や重量，外国通貨の量が含まれている場合には，日本のそれらのものに換算すべきですか。

A　自分で換算する必要はありません。換算は，基本的には裁判官，検察官又は弁護人が行います。

　　暦についても一度そのまま通訳してください。その後，換算に関するやりとりがあった場合にはそれを通訳し，また，裁判官から西暦等に換算した上で通訳するように指示された場合には，それに従ってください。

⑱Q　図面を利用した尋問等の場合に，留意する事項は何ですか。

A　被告人が「ここ。」とか「あそこ。」と発言した場合でもそのとおり通訳する必要があります。また，複雑な尋問の場合には，書記官に頼んで図面の写しを準備してもらうとよいでしょう。

⑲Q　仲間うちでだけ用いられる特殊な用語が使用された場合には，通常の言葉に直して通訳すべきですか。

A　そのまま通訳する必要があります。そして，必要があれば裁判官等が続けて質問しますので，それを待つべきです。

⑳Q　鑑定証人の尋問の場合に留意すべき事項は何ですか。

A　難しい専門用語を通訳する必要がありますので，あらかじめ尋問の際に使用すると思われる用語につ

いては調べておく必要があります。また，尋問の中に理解できない言葉がある場合には，遠慮なく申し出てください。専門用語を調べる時間が必要な場合には，その旨申し出てもよいでしょう。

10　被告人質問

被告人は，宣誓することはありません。なお，通訳は，日本語の質問→通訳→被告人の供述→通訳の順序で行うのが一般的です。

①Q　被告人が質問の内容を理解していないと思われる場合にはどうしたらよいですか。

A　通訳人の判断で被告人に説明したりせず，よく理解できていないということを裁判官に告げてください。

②Q　被告人が個人的に話しかけてきた場合にはどうすべきですか。

A　会話に応じないで，身振りなどで，会話はできないことを示してください。実際に話しかけられた場合は，その内容を裁判官に伝えてください。

11　論告

検察官の事件に関する最終的な意見が述べられます。検察官から事前に「論告要旨」と題する書面（ただし，求刑部分を空欄としたもの）が交付されるのが一般的です。書面が交

付されている場合には，検察官の意見陳述後に，この書面に基づいて通訳してください。また，この場合には，ワイヤレス通訳システムを利用することが多いと思われます。

　なお，被告人が求刑の意味を理解していない場合には，裁判官が補足説明をすることがあり，その場合には，それを通訳することになります。

Q　論告の際に留意する事項は何ですか。

A　求刑は，あくまでも検察官の意見ですが，判決を宣告されたと誤解する被告人も多いです。通訳人の方もこの点についてはよく理解しておいてください。

　なお，論告要旨が事前に交付される場合でも，求刑のところは空欄になっている場合がほとんどです。したがって，求刑についてはその場で検察官が述べた内容を正確に聞き取り，通訳するようにしてください。聞き漏らした場合には，検察官に確認してください。

12　弁護人による弁論

　弁護人の事件に関する最終的な意見が述べられます。弁護人からあらかじめ「弁論要旨」又は「弁論メモ」と題する書面が通訳人に交付され，通訳はこれに基づいて行うのが一般的です。弁論要旨等を事前に交付してある場合には，ワイヤレス通訳システムを使用することが多いと思われます。

　弁護人が，弁論要旨等を事前に準備していないときは，弁護人は通訳できるよう適当な範囲で区切って弁論し，通訳人

は順次通訳する運用になることが多いと思われます。

Q　ワイヤレス通訳システムを使用する論告・弁論の手続で，検察官が被告人の弁解内容に対応して，事前に交付した論告要旨の書面の内容を一部訂正，追加したり，弁護人が論告の内容に対応して弁論要旨の内容を同様に変更した場合にはどうしたらよいですか。

A　検察官又は弁護人が訂正，追加した部分を通訳人に指摘しますので，それに基づいて通訳することになります。

13　被告人の最終陳述

裁判官が，被告人に対し，「これで審理を終えますが，最後に何か言いたいことがありますか。」などと尋ねます。被告人は，証言台に進み出て陳述する場合がありますので，その内容を通訳してください。

14　次回期日の指定

裁判官が次回期日を指定しますので，その期日と，次回期日に何を行うかについて，裁判官の説明したことを通訳してください。被告人の最終陳述が終わっていれば，次回期日には判決が言い渡されることになります。

続行期日，判決宣告期日を指定する際には，通訳人と調整して期日を指定することになります。特に，継続して開廷する場合には，通訳人との関係で期日を一括指定することもありますから，自分の都合を何か月か先まで正確に把握しておく必要があります。

15 判決宣告の手続

判決宣告の手続については，法廷通訳参考例（84ペー
ジ）を参考にしてください。

判決書の内容は事前に外部に漏れると困りますので，当日
までは見ることができません。ただ，判決を正確に通訳でき
るようにするため，通訳人用の判決要旨，判決写しを作成し，
裁判所によっては，これを判決宣告期日の開廷10分ないし
30分くらい前に通訳人に交付し，事前に目を通してもらう
といった運用もされています。この場合に，判決要旨等を交
付した後は書記官室から出ないようにしてもらっているよう
です。裁判所がどのような方法を採っているのかを確認する
とよいでしょう。また，判決の要旨等がないと通訳に不安が
ある場合には，あらかじめ書記官にその旨を申し出るとよい
でしょう。

いずれにしても，判決宣告期日には少し余裕をもって裁判
所に行くとよいでしょう。

なお，判決宣告手続にはワイヤレス通訳システムは使用し
ない取扱いです。

---

①Q　判決宣告期日の公判に要する時間は，どれくらいを予
　　定しておけばよいですか。

　A　事件によって異なりますので，裁判官にどの程度時間
　　を取っておけばよいか確認してください。

　　一般的には，被告人が否認している事件は，自白事件
　よりも時間を要することになります。

さらに，判決宣告期日に弁論を再開して証拠調べ等を行うこともありますので，注意してください。

②Q　執行猶予の説明を通訳する際に留意すべき事項は何ですか。

A　執行猶予の説明は，被告人には分かりにくい面がありますので，裁判官もできるだけ分かりやすい説明をするように心掛けています（86ページの参考例参照）。それでも被告人が理解していないと思われる場合には，裁判官にそのことを告げてください。

③Q　未決勾留日数の刑への算入の説明を通訳する際に留意すべき事項は何ですか。

A　未決勾留日数の刑への算入の説明も被告人には分かりにくいようですので，裁判官は分かりやすい説明を心掛けています（86ページの参考例参照）。通訳人においても書記官に尋ねるなどして内容をよく理解しておいてください。

16　上訴期間等の告知

有罪の判決の場合には，裁判官は被告人に対して上訴期間及び上訴申立書を差し出すべき裁判所を告知します。

17　即決裁判手続

即決裁判手続とは，争いのない明白軽微な一定の事件について，検察官からの申立てにより，裁判所が決定に基づいて

行う手続です。この手続には，①起訴されてから公判期日までの期間が短いこと（できる限り，起訴後１４日以内の日に公判期日を指定することとされています。），②一般の公判手続と比べ，簡略な方法で証拠調べが行われること，③原則として，即日判決が言い渡され，その判決において懲役又は禁錮の言渡しをする場合には，必ずその刑の執行が猶予されることなどの特徴があります。

Q　即決裁判手続において留意すべき事項は何ですか。

A　通常の事件と比べ，起訴されてから公判期日までの期間が短いことから，事案によっては，通訳の依頼が期日の直近になることがあります。その場合には，御協力をお願いします。

　また，公判期日において交わされるやりとりについて，通常の手続とは一部異なる部分があります（７６ページの参考例参照）。このほか，原則として即日判決が言い渡されるため，判決宣告の通訳の準備をどうするのかを含め，あらかじめ書記官等に手続の流れを確認しておくとよいと思われます。

第４節　裁判員裁判

　裁判員裁判においては，一般の国民の中から選ばれた裁判員が裁判官とともに審理に参加することから，その審理は集中的・連日的に行われます。これを可能とするために，すべての事件において必ず公判前整理手続が実施され，こ

の中で事前に争点や証拠の整理等が行われます。

　また，法廷での審理内容を裁判員にも分かりやすいものにするため，法廷内で使用される法律用語は，一般の人にも分かるような言葉に言い換えられたり，冒頭陳述等においてプレゼンテーションソフトが用いられる例もあります。さらに，証拠調べにおいても，供述調書等は全文朗読又は限りなくこれに近い要旨の告知の方法によって取り調べられているほか，証人に法廷で直接証言してもらうことも増えています。なお，プレゼンテーションソフトが用いられる場合には，示された文書や画像などの内容をスムーズに通訳することができるように，事前に裁判所や訴訟関係人と打合せをしておくとよいでしょう。

---

①Q　連日的開廷が行われる場合，通訳人の負担はかなり重くなるのではないでしょうか。

　A　裁判員裁判における尋問は，従来よりも争点に即した，簡にして要を得たものとなりますし，また，裁判員の疲労や負担にも配慮して，これまでよりも頻繁に，相応の時間の休憩が取られることになります。したがって，一概に通訳人の負担が重くなるということはありません。

---

②Q　裁判員裁判を担当するにあたり，事前に裁判所と打合せをしておく必要はありますか。

　A　連日的開廷により，肉体的，精神的疲労が蓄積して

一人で通訳をすることが困難と予想される場合や，日程の都合がつかず，一部の期日に出頭できない場合などには，事前に裁判所に申し出てください。審理中の休憩の取り方や，場合によっては，通訳人を複数選任することなどについて，裁判所が，通訳人の意向も考慮しつつ，個別に判断させていただくことになります。

③Q　公判期日までの準備事項で，これまでと異なる点はありますか。

A　裁判員裁判では，供述調書等は全文朗読又は限りなくこれに近い要旨の告知の方法によって取り調べられることになります。その通訳の準備のため，あらかじめ訴訟関係人から通訳人に資料が交付されることがありますので，それを基に準備しておくとよいでしょう。受け取った書類については，絶対に他人の目に触れることのないよう細心の注意を払うようにしてください。

第5節　被害者参加

　殺人，傷害，自動車運転過失致死傷等の一定の刑事事件の被害者や遺族の方等が，裁判所の許可を得て，被害者参加人として刑事裁判に参加し，検察官との間で密接なコミュニケーションを保ちつつ，一定の要件の下で，公判期日に出席するとともに，証人尋問，被告人質問及び事実又は法律の適用についての意見の陳述を行うことができる制度

です。

　なお，被害者参加人が日本語に通じない場合にも，通訳をお願いすることになります。

---

①Q　被害者参加人が発言するのは，具体的にはどのような場面ですか。

　A　情状に関する証人の供述の証明力を争うために必要な事項について証人を尋問する場面，被害者参加人が意見を述べるため必要と認められる場合に被告人に質問をする場面，事実又は法律の適用について意見を述べる場面などがあげられます。なお，被害者参加人が出席する際にも，付添い，遮へいの措置が認められています（２７ページ９(6)証人尋問ウ(ｱ)(ｲ)参照）。

---

②Q　被害者参加人が意見陳述を行う場合，どのように通訳をすればよいですか。

　A　一文ずつ区切って通訳を行うか，陳述後にまとめて通訳を行うかなど，通訳の方法については，あらかじめ裁判所と相談しておくとよいでしょう。なお，意見陳述が長くなる場合には，被害者参加人が事前に準備していた読み上げ書面に基づいて通訳をしていただく場合もあります。

---

③Q　被告人から，どうして被害者等が法廷に立ち会っているのかと尋ねられた場合，どのように対応すればい

いですか。

A　そのような場合には，通訳人の判断で被告人に説明
したりせず，裁判官に対してその旨を伝え，指示に従
ってください。

第5章　その他の留意事項

①Q　判決宣告直後に，弁護人から，被告人に判決の内容
やその後の手続について説明をするための通訳を依頼
された場合はどうしたらよいですか。

A　そのような説明が必要となる場合もありますので，
依頼された場合にはよろしくお願いします。

②Q　弁護人以外の者から，被告人と接見等をする際の通
訳を依頼された場合にはどうしたらよいですか。

A　公正さに疑いを持たれる行為ですから，断ってくだ
さい。

③Q　弁護人から上申書等の翻訳を依頼された場合にはど
うしたらよいですか。また，その場合の報酬はどのよ
うになりますか。

A　弁護活動を行う際に使用される一定の書面について，
国選弁護人からの依頼に基づいて翻訳を行った場合に
は，弁護人から報酬の支払を受けることができます。
依頼を引き受けるに当たっては，事前に報酬等につい

て弁護人から説明を受けておくとよいでしょう。

④Q　通訳費用の負担について被告人から尋ねられたらど
　　うしたらよいですか。
　A　弁護人に尋ねるよう告げてください。ちなみに通訳
　　にかかった費用については，裁判実務では被告人に負
　　担させない運用が定着しています。

⑤Q　判決宣告により終了した事件の関係書類はどうした
　　らよいですか。
　A　まず，判決要旨は，宣告後すぐに裁判所に返還して
　　ください。その他の書類については，裁判所から返還
　　を求められなければ，処分して差し支えありませんが，
　　書類が他人の目に触れないように，処分方法には十分
　　に注意してください。

第2編

控訴審における刑事手続の概要

第2編　控訴審における刑事手続の概要

第1章　控訴審とは

1　上訴制度

　上訴とは，未確定の裁判に対して，上級裁判所の審判による救済を求める不服申立ての制度です。

　第一審の判決に不服がある場合には，訴訟当事者は，事実誤認，訴訟手続の法令違反，法令適用の誤り，量刑不当などを理由として，高等裁判所に対して上訴（控訴といいます。）することができます。控訴審の裁判所は，第一審が地方裁判所又は簡易裁判所のいかんにかかわらず高等裁判所です。控訴審では合議体で裁判を行います。

　控訴審の判決に不服がある場合には，最高裁判所に上訴（上告といいます。）することができます。

2　控訴審の役割

　控訴審では，申立人の指摘する控訴理由を中心に，第一審判決の当否を審査することが直接の目的とされます。審理の結果，第一審判決を維持すべきであれば控訴棄却，第一審判決を取り消す必要があれば原判決破棄となります。原判決破棄の場合には，第一審裁判所に事件を差し戻し，又は移送するときと，控訴審の裁判所が自ら事件について判決をし直すときとがあります。

第2章　控訴の申立て等

1 控訴の提起期間

控訴の申立てのできる期間は，１４日以内と規定されています。この期間は，第一審判決の宣告のあった日の翌日から起算されます。

2 申立ての方式

第一審の判決（原判決ともいいます。）に対して控訴する場合には，当事者は控訴申立書を第一審の裁判所（原裁判所ともいいます。）に提出して行います。

控訴の申立てがあったとき，第一審裁判所は，速やかに訴訟記録及び証拠物を控訴裁判所に送付します。

3 上訴の放棄

上訴の放棄とは，上訴の提起期間満了前に，上訴する権利を放棄することですが，死刑，無期懲役及び無期禁錮のような重大な刑に処せられた判決に対しては上訴を放棄することはできません。

なお，上訴を放棄した者は，上訴の提起期間内であっても更に上訴を提起することはできません。

4 上訴の取下げ

上訴の取下げは，上訴審の判決があるまですることができます。

なお，上訴を取り下げた者は，上訴の提起期間内であっても更に上訴を提起することはできません。

第3章 控訴審の手続
第1節 控訴審の第1回公判期日までの手続

1 弁護人選任に関する手続

弁護人は審級ごとに選任しなければなりません。したがって，第一審において弁護人を選任していた場合であっても，控訴を申し立てた被告人は，控訴審でも弁護人を選任しようとする場合には，改めて裁判所に弁護人選任書を提出しなければなりません。裁判所の行う弁護人選任照会，国選弁護人選任の手続等については第一審の場合と同様です。照会書については，高等裁判所の依頼に基づいて，第一審裁判所において送付するという取扱いが実務においてされています。

2 通訳人の選任に関する手続

通訳人の選任については，第一審の場合と同様です。

3 被告人の移送

控訴審において，被告人が勾留されている事件の公判期日を指定するときは，その旨を検察官に通知しなければなりません。通知を受けた検察官は，被告人の身柄を，速やかに控訴審裁判所の所在地にある拘置所に移送します。

これは，被告人が控訴審の公判に備えて，弁護人との打合せ等の準備をしたり，自ら公判廷に出頭したりする際の便宜等のためです。

4 控訴趣意書の提出

控訴趣意書とは，控訴の申立てをした者が控訴審に対して自己の主張である控訴理由を簡潔に指摘した書面です。控訴趣意書は，被告人自身で書いて差し出すことも法律上はできますが，通常は，弁護人が被告人のために作成して差し出しています。

なお，控訴の申立ての理由は，控訴趣意書に記載すればよく，必ずしも控訴申立書に記載する必要はありません。

　控訴審裁判所は，控訴趣意書を受け取ったときは，速やかにその謄本を相手方に送達しなければなりません。

＊控訴理由の限定

　　控訴の理由は，刑訴法に定められており，それ以外の事由を控訴理由とすることはできません。控訴の理由としては量刑不当が最も多く，事実誤認がこれに次ぎ，訴訟手続の法令違反,法令の適用の誤りもよく見られます。

＊控訴趣意書差出最終日の指定

　　裁判所は，控訴趣意書につき，期間を定めて提出を促します。その期間は，控訴趣意書差出最終日指定通知書を控訴申立人に送付することによって通知します。

5　答弁書の提出

　答弁書は，控訴趣意書に対する相手方の意見を記載したもので，書面により控訴審裁判所に差し出すものです。

6　第１回公判期日の指定と被告人の召喚

　控訴審においては，被告人は，裁判所が特に出頭を命じた場合以外は公判期日に出頭する義務はありません。しかし，公判期日に出頭し，自ら防御権を行使する権利は保障する必要がありますので，期日が指定されたときは，実務上，被告人に対して公判期日召喚状による召喚の手続がとられています。実際にも，被告人が出頭するケースが圧倒的に多いとされています。

＊被告人に対する出頭命令

裁判所は，５０万円以下の罰金又は科料に当たる事件
　以外の事件について，被告人の出頭がその権利の保護の
　ため重要であると認めるときは，被告人の出頭を命ずる
　ことができます。この出頭命令があると，被告人は，公
　判期日に出頭する義務が課せられることになります。

第2節　控訴審における公判審理

1　概要

　　控訴審の公判審理は，まず第１回公判期日で，控訴を申し
立てた当事者から控訴趣意書に基づく弁論がなされ，これに
対する相手方の答弁があります。必要がある場合は請求又は
職権により事実の取調べが実施されます。

　　事実の取調べが終了すると，当事者の請求により事実の取
調べの結果に基づき弁論をすることができます。

　　弁論が終結されると，判決宣告期日が指定されて，その期
日に判決が宣告されます。

　　＊被告人の弁論能力の制限

　　　　裁判所が被告人質問を採用したときには，被告人は訴
　　訟関係人の質問に対して任意の供述はできますが，弁論
　　をすることはできないとされています。したがって，被
　　告人のためにする弁論は，弁護人でなければこれをする
　　ことができません。

2　公判期日の手続の流れ

(1)　通訳人の人定尋問と宣誓

　　第一審と同様の手続で行われます。

(2)　被告人の人定質問

控訴審では，人定質問は必要的なものではなく，出頭した場合でも適宜の方法で人違いでないことを調べれば足りるとされています。実務では，被告人が出頭したときは，人定質問がなされるのが通例です。なお，控訴審でも「被告人」と呼ばれることは第一審と同じです。

　　人定質問がされる場合は，第一審と同様に，裁判長が被告人に対し，氏名，生年月日，国籍，日本における住居及び職業を尋ねます。

　　＊黙秘権の告知

　　　控訴審では，黙秘権の告知は必要的ではありませんが，行われることもあります。また，事実の取調べとして被告人質問をする場合に，その実施前に告知することもあります。

(3)　控訴趣意書に基づく弁論

　　検察官及び弁護人は，控訴趣意書に基づいて弁論しなければならないとされています。控訴趣意書に記載した事項を基礎としてそれに関連する事項を説明したりすることや，控訴趣意書の範囲内であれば，期間経過後に提出された控訴趣意補充書あるいは控訴趣意補正書等に基づく弁論をすることも許されているのが実務の取扱いです。控訴趣意書の範囲を逸脱したり，趣意書に記載のない新しい主張を付加したりすることは許されません。

　　被告人側が控訴を申し立てた場合に，被告人が自ら控訴趣意書を書いて提出することがありますが，被告人には弁論能力がありませんので，弁護人がその判断で被告人提出

の控訴趣意書をも含めて弁論をすることになります。

　控訴趣意書に基づく弁論は，弁護人と被告人との間の打合せにより被告人に控訴趣意書の内容があらかじめ伝わっている場合には，「控訴趣意書記載のとおり」として行われることがほとんどです。被告人に内容が伝わっていない場合などは，弁護人が必要に応じて控訴趣意書の内容を要約したり，自ら要旨を作成して，それに基づき述べたりします。

(4)　控訴趣意書に対する相手方の意見（答弁）

　控訴の申立ての相手方は，答弁書に基づき，又は答弁書の提出がないときは口頭で，控訴申立人の控訴趣意書の内容に反論する弁論をします。

　被告人控訴の場合に，事前に検察官から答弁書が提出されている場合には，「答弁書記載のとおり」として答弁することがほとんどです。答弁書が提出されていない場合には，検察官が口頭で「本件控訴は理由がないので，棄却されるべきである。」などと答弁することになります。

(5)　事実の取調べ

　控訴審の審査は，控訴理由の有無の調査という形で行われますが，事実の取調べはその調査の一方法です。控訴趣意書に包含された事項についての調査は，義務的に行われますが，事実の取調べはその調査に必要な場合に制限されています。

　事実の取調べとしては，第一審における証拠調べの方法にのっとり，証人尋問，検証，鑑定，被告人質問あるいは

書証の取調べなどが行われることになります。

　このほか，審理の過程で訴因等が変更される場合もあります。

(6)　事実の取調べの結果に基づく弁論

　事実の取調べをしたときは，検察官及び弁護人は，その結果に基づいた弁論をすることができますが，任意的なものです。そして，この弁論は，事実の取調べの結果，控訴理由の存否につき意見をふえんする必要がある場合にその点に限って認められるものです。したがって，事件全般についての意見を陳述する第一審のいわゆる論告や弁論とは性質を異にします。

　なお，被告人には弁論能力がないので，事実の取調べの結果に基づく弁論を認めず，その最終陳述も認めない扱いが実務の大勢です。

(7)　次回公判期日の指定・告知

3　判決宣告期日

判決宣告・上訴期間等の告知

（判決主文例については９８ページ，判決理由の例については１１８ページ参照）

　＊被告人の収容

　第一審判決で禁錮以上の刑の言渡しがされている場合に，控訴棄却の判決があると，保釈又は勾留の執行停止はその効力を失い，新たな保釈又は執行停止がない限り，被告人の身柄については，収容の手続がとられることになります。ただし，控訴審では直ちに収容の手続をとら

ないのが通例です。

第３編

法廷通訳参考例

第3編　法廷通訳参考例

　　ここでは，刑事裁判における具体的なやりとりの例を取り上げ，通訳の参考例を対訳の形で収録しています。第1編，第2編の刑事裁判手続の説明と合わせて活用してください。

概要目次
Mục lục tổng quát

第1章　勾留質問手続

1　前置き

（裁）　私は，○○地方裁判所の裁判官です。検察官から勾留請求といって，引き続いてあなたを留置してほしいという請求がありました。そこで，これからあなたを勾留するかどうかを決めるために，あなたに対して被疑事実を告げ，それに関するあなたの陳述を聴くことにします。その前にいくつかの注意及び説明をします。

2　黙秘権の告知

（裁）　まず第一に，あなたには黙秘権があります。私の質問に対し，始めから終わりまで黙っていてもいいし，個々の質問に対して答えを拒むこともできます。答えないからといって，それだけで不利益な扱いを受けることはありません。

3　弁護人選任権の告知

（裁）　第二に，あなたは自分の費用で弁護人を選任する権利があります。弁護人を選任したいけれども，弁護人の心当たりがないという場合には，弁護士会を通じて選任する方法があります。そのような申出があれば，裁判所から弁護士会に通知しますから，希望する場合は遠慮なく言ってください。

（被疑者国選弁護対象事件の場合）

　　あなたが経済的な理由などで自分の費用で弁護人を選任することができないときは，裁判官に弁護人の選

Chương 1: Quá trình xử án về việc tạm giam

1. **Phần mở đầu**

   (Thẩm phán): Tôi là thẩm phán của tòa sơ thẩm ....

   Kiểm sát viên đã đề nghị tòa tiếp tục tạm giam quí vị.

   Vì vậy, hôm nay tòa mở phiên tòa này để quyết định

   có tạm giam quí vị hay không. Đầu tiên, tòa sẽ đọc

   bản buộc tội rồi nghe quí vị phát biểu về bản buộc tội

   này. Nhưng trước hết, tòa sẽ giải thích và chú ý quí vị

   một vài điều sau.

2. **Quyền im lặng**

   (Thẩm phán): Trước hết quí vị có quyền giữ im lặng. Đối với những

   câu hỏi của tòa, quí vị có thể im lặng từ đầu đến cuối

   hoặc có thể từ chối trả lời từng câu hỏi một. Việc từ

   chối trả lời các câu hỏi của tòa không có gì bất lợi cho

   quí vị cả.

3. **Quyền tuyển chọn luật sư**

   (Thẩm phán): Thứ hai, quí vị có quyền tự bỏ tiền để tuyển chọn luật

   sư bào chữa. Trường hợp muốn tuyển chọn nhưng

   không có luật sư mình muốn, còn có cách tuyển chọn

   thông qua Hiệp Hội Luật Sư. Nếu có yêu cầu, tòa sẽ

   thông báo với Hiệp Hội Luật Sư. Xin đừng ngần ngại

   hãy cho tòa biết khi quí vị muốn tuyển chọn luật sư.

   (Trường hợp vụ án là đối tượng có thể tuyển chọn luật sư nhà nước)

   Nếu vì lý do kinh tế không thể tuyển chọn luật sư bằng

   tiền của mình, quí vị có thể yêu cầu việc tuyển chọn

   luật sư với tòa án. Trong trường hợp này, quí vị phải

任を請求することができます。この請求をする場合には，資力申告書を提出しなければなりません。また，資力申告書の資力の合計額が５０万円以上の場合には，あらかじめ，○○弁護士会に弁護人の選任の申出をしていなければなりません。

4　勾留の要件の説明

（裁）　あなたに，罪を犯したと疑うに足りる相当な理由があり，かつ，住居が不定であるか，証拠を隠滅したり逃亡したりすることを疑うに足りる相当な理由がある場合には，勾留されることになるかもしれません。

5　勾留の期間の説明

（裁）　勾留される期間は，原則として１０日間です。しかし，場合によっては，１０日たつ前に釈放されることもありますし，更に１０日以内の日数勾留が延長されることもあります。

6　被疑事実の告知

（裁）　それでは，勾留請求の理由となっている犯罪事実を読むのでよく聞いてください。その後で，これに対して言いたいことがあったら述べてください。

　　　「被疑者は，平成○○年１０月１０日午後６時５０分ころ，○○市丸山町１番１号所在の株式会社甲百貨店（代表取締役甲野太郎）本店３階貴金属売場において，同社所有のダイヤモンド指輪１個（時価３００万円相当）を自己の背広の内側ポケットに入れて窃取したものである。」

nộp bản tự khai năng lực tài chánh của mình. Nếu tổng cộng số tiền trong bản tự khai năng lực tài chánh vượt quá 500.000 yen, quí vị phải xin tuyển chọn luật sư với Hiệp Hội Luật Sư.............

4. **Giải thích những yếu tố dẫn đến việc tạm giam**

(Thẩm phán): Quí vị có thể bị tạm giam trong trường hợp có đầy đủ lý do nghi ngờ phạm tội, hoặc không có địa chỉ cố định, hoặc có đủ lý do cho thấy quí vị sẽ phi tang chứng cớ, âm mưu chạy trốn.

5. **Thời gian tạm giam**

(Thẩm phán): Trên nguyên tắc, thời gian tạm giam là 10 ngày. Tuy nhiên tùy theo trường hợp, quí vị có thể được phóng thích trước thời hạn 10 ngày, hoặc sau khi hết hạn 10 ngày sẽ tạm giam thêm trong vòng 10 ngày nữa.

6. **Cáo trạng về hành vi phạm tội**

(Thẩm phán): Sau đây quí vị hãy nghe những lời cáo buộc của kiểm sát viên dẫn đến yêu cầu tòa tạm giam quí vị. Sau đó, xin mời phát biểu nếu có ý kiến đối với lời buộc tội này. "Vào khoảng 6 giờ 50 phút chiều ngày 10 tháng 10 năm......, tại gian hàng bán nữ trang ở tầng 3 cửa hàng chính thuộc công ty bách hóa tổng hợp ...... địa chỉ 1-1 Maruyama-cho thị xã..... (Giám đốc công ty là ông Kouno Taro); đương sự (người bị tình nghi) đã lấy cắp một nhẫn kim cương (trị giá tương đương 3.000.000 triệu yen) rồi cho vào túi trong của chiếc áo vét đang mặc trên người".

7 被疑事実に対する陳述

（被）　・　事実はそのとおり間違いありません。

　　　　・　身に覚えがありません。

　　　　・　検察庁で述べたとおりです。

8 勾留通知先

（裁）　あなたが勾留されることになった場合には，裁判所から弁護人あてにその旨を通知します。弁護人がない場合には，国内にいるあなたの配偶者，親兄弟等のうち，あなたが指定する１人に通知します。また，弁護人もそのような家族もない場合には，雇主とか知人などのうちからあなたが指定する１人に通知します。通知先の氏名，住居，電話番号を述べてください。

（被）　日本にいる兄に連絡してください。

（裁）　住所と名前は。

（被）　名前は，Ａです。私と同じところに住んでいます。

9 領事機関への通報

（裁）　あなたは，○○国国民として，領事関係に関するウィーン条約第３６条第１項（ｂ）の規定により，勾留の事実を○○国領事官に通報することを要求しますか。

（被）　通報することを要求します。〈要求しません。〉

（裁）　なお，領事機関に対しては，我が国の法令に反しない限り，信書を発することができます。

10 読み聞け

（書）　あなたが述べたことを調書に書きましたので，それを読み上げます。間違いなければここに署名して，左

7. **Phát biểu của người bị tình nghi đối với cáo trạng phạm tội**

(Người bị tình nghi): - Những lời buộc tội trên đúng hoàn toàn.

- Tôi không hề làm việc đó.

- Tôi đã khai đúng như thế với Viện kiểm sát.

8. **Thông báo về việc tạm giam**

(Thẩm phán): Nếu tòa quyết định tạm giam, tòa sẽ thông báo việc này cho luật sư của quí vị. Trường hợp không có luật sư, tòa sẽ thông báo việc này cho vợ (chồng), cha mẹ, anh chị em của quí vị đang ở Nhật theo sự chỉ định của quí vị. Nếu không có luật sư và cũng không có thân nhân ở Nhật thì tòa sẽ thông báo cho một người nào đó do quí vị chỉ định, chẳng hạn như người chủ nơi quí vị làm việc, hoặc bạn bè. Xin cho biết tên, địa chỉ, số điện thoại người muốn liên lạc.

(Người bị tình nghi): Xin liên lạc với anh trai tôi đang sống ở Nhật

(Thẩm phán): Hãy cho biết tên và địa chỉ.

(Người bị tình nghi): Anh tôi tên là A, ở cùng địa chỉ với tôi.

9. **Thông báo cho lãnh sự quán**

(Thẩm phán): Quí vị là công dân của nước......................, chiếu theo điều 36 mục 1 (b) hiệp ước Vien về quan hệ lãnh sự, quí vị có yêu cầu thông báo việc tạm giam này đến lãnh sự quán của nước............ không?

(Người bị tình nghi): Xin tòa thông báo đến lãnh sự quán việc tạm giam này. (Không, tôi không yêu cầu thông báo).

(Thẩm phán): Quí vị có thể gửi bằng thư tới lãnh sự quán nếu lá thư không vi phạm luật pháp Nhật Bản.

10. **Đọc bản lời khai của người bị tình nghi**

(Thư ký tòa án): Sau đây, tôi sẽ đọc biên bản ghi lại những gì quí vị đã khai. Nếu đúng, xin ký tên vào đây, và lăn ngón tay

人指し指で指印してください。

第2章　公判手続

1　開廷宣言

（裁）　開廷します。

2　通訳人の宣誓

（通）　良心に従って誠実に通訳をすることを誓います。

3　人定質問

（裁）　被告人は前に出てください。〈被告人は起立してく
ださい。〉

名前は何と言いますか。

生年月日はいつですか。

国籍（本籍）はどこですか。

日本国内に定まった住居はありますか。

職業は何ですか。

4　起訴状朗読

（裁）　それでは，これから被告人に対する○○被告事件に
ついての審理を始めます。

起訴状は受け取っていますね。

まず，起訴状が朗読されますから，被告人は聞いて
いてください。

検察官，起訴状を朗読してください。

5　黙秘権の告知

（裁）　これから，今朗読された事実についての審理を行い
ますが，審理に先立ち被告人に注意しておきます。被
告人には黙秘権があります。したがって，被告人は答

trỏ trái bên cạnh chữ ký.

Chương 2. Thủ tục phiên tòa

1. **Tuyên bố khai mạc phiên tòa**

   (Thẩm phán): Phiên tòa bắt đầu.

2. **Người thông dịch tuyên thệ**

   (Thông dịch): Tôi xin tuyên thệ trước lương tâm mình rằng sẽ dịch

   chính xác và thành thực.

3. **Phần xác nhận tên tuổi bị cáo**

   (Thẩm phán): Xin bị cáo bước lên phía trước (Xin bị cáo đứng dậy)

   Bị cáo tên gì?

   Ngày tháng năm sinh?

   Quốc tịch (nguyên quán) ở đâu?

   Có địa chỉ ở Nhật hay không?

   Làm công việc gì?

4. **Đọc bản truy tố**

   (Thẩm phán): Tòa bắt đầu xử những cáo buộc đối với bị cáo về vụ

   án.......

   Bị cáo đã nhận bản truy tố này rồi phải không?.

   Đầu tiên, bị cáo hãy lắng nghe kiểm sát viên đọc bản

   truy tố.

   Xin mời kiểm sát viên đọc bản truy tố.

5. **Thông báo về quyền im lặng**

   (Thẩm phán): Từ giờ trở đi, tòa sẽ xử vụ án này dựa trên bản truy

   tố mà kiểm sát viên vừa đọc. Trước khi bắt đầu, tòa

   xin nhắc bị cáo một vài điểm. Bị cáo có quyền giữ

えたくない質問に対しては答えを拒むことができます
し，また，始めから終わりまで黙っていることもでき
ます。もちろん質問に対して答えたいときには答えて
よいですが，被告人がこの法廷で述べたことは，被告
人に有利，不利を問わず証拠として用いられることが
ありますから，そのことを念頭に置いて答えるように
してください。

6　被告事件に対する陳述

（裁）　検察官が今読んだ事実について何か述べることはあ
りますか。

（被）　・　事実はそのとおり間違いありません。

　　　　・　事実は身に覚えがありません。

　　　　・　酒を飲んでいたので，よく覚えていません。

　　　　・　物を取ったのは確かですが，人は殺していませ
ん。

　　　　・　被害者を刺したのは確かですが，殺すつもりは
ありませんでした。

7　弁護人の意見

（弁）　・　被告人の陳述のとおりです。

　　　　・　被告人には，窃盗の故意がないので，無罪を主
張します。

　　　　・　被告人には，窃盗の実行の着手がありませんの
で，無罪を主張します。

　　　　・　被告人の行為は正当防衛に当たるので，無罪を
主張します。

im lặng. Bị cáo có thể từ chối trả lời đối với câu hỏi không muốn trả lời, hoặc, bị cáo có thể im lặng từ đầu đến cuối. Lẽ dĩ nhiên, khi muốn trả lời câu hỏi nào thì bị cáo có thể trả lời, nhưng bất cứ phát ngôn nào của bị cáo tại phiên tòa này đều là chứng cớ có thể có lợi hay bất lợi cho bị cáo. Vì thế, hãy ghi nhớ những điều này khi trả lời câu hỏi.

6. **Phát biểu của bị cáo đối với bản truy tố**

(Thẩm phán): Bị cáo có điều gì muốn phát biểu với bản truy tố mà kiểm sát viên vừa đọc không?

(Bị cáo):   - Những sự việc đó là hoàn toàn đúng.

- Tôi không hề làm việc đó.

- Khi đó tôi uống rượu nên không nhớ rõ việc xảy ra.

- Tôi có lấy cắp vật đó nhưng không giết người.

- Tôi có đâm nạn nhân nhưng không có ý định giết người.

7. **Ý kiến của luật sư**

(Luật sư):   - Đúng như lời bị cáo vừa trình bày.

- Chúng tôi chủ trương bị cáo vô tội vì bị cáo không cố ý ăn cắp.

- Chúng tôi chủ trương bị cáo vô tội vì bị cáo không có hành động ăn cắp như bị buộc tội.

- Chúng tôi chủ trương bị cáo vô tội vì đó là hành động tự vệ chính đáng.

8　検察官の冒頭陳述

（裁）　それでは検察官，冒頭陳述を行ってください。

　　　　検察官が証拠によって証明しようとする事実を述べ
　　　　ますので，被告人は聞いていてください。

（検）　検察官が証拠により証明しようとする事実は次のと
　　　　おりであります。被告人は・・・・。

9　弁護人の冒頭陳述

（公判前整理手続が実施された場合で，弁護側の主張がある
ときには必ず行われるが，同手続が実施されなかった場合
に行われることは少ない。）

（裁）　続いて，弁護人の冒頭陳述をどうぞ。

（弁）　それでは，弁護人の冒頭陳述を申し上げます。被告
　　　　人は，本件犯行を行っておらず，無罪です。すなわち
　　　　・・・・。

10　公判前整理手続の結果顕出

（公判前整理手続が実施された場合）

（裁）　次に，公判前整理手続の結果を明らかにする手続を
　　　　行います。この公判に先立ち，裁判所，検察官，弁護
　　　　人の３者によって行われた公判前整理手続の結果，本
　　　　件における主たる争点は，次の２点であることが明ら
　　　　かになっています。まず第１点は・・・・。

11　証拠調べ請求

（検）　以上の事実を立証するため，証拠等関係カード（甲）
　　　　（乙）記載の各証拠の取調べを請求します。

12　証拠（書証・証拠物）請求に対する意見

8. **Tuyên bố mở đầu của kiểm sát viên**

   (Thẩm phán): Xin mời kiểm sát viên đọc tuyên bố mở đầu. Xin bị cáo hãy lắng nghe những hành vi mà kiểm sát viên dự định chứng minh dựa trên chứng cớ.

   (Kiểm sát viên): Những hành vi mà chúng tôi dự định chứng minh như sau. Bị cáo đã.....

9. **Tuyên bố mở đầu của luật sư**

   (Trường hợp thủ tục chuẩn bị hồ sơ xét xử đã được thực thi, khi luật sư có chủ trương đọc lời tuyên bố mở đầu thì việc đọc lời tuyên bố mở đầu này chắc chắn sẽ tiến hành, còn thủ tục chuẩn bị hồ sơ xét xử không được thực thi thì việc đọc lời tuyên bố mở đầu này rất ít).

   (Thẩm phán): Xin mời luật sư đọc lời tuyên bố mở đầu.

   (Luật sư):   Tôi xin được trình bày lời tuyên bố mở đầu của luật sư. Bị cáo vô tội vì không gây hành động phạm tội vụ án này, và.......

10. **Kết quả thủ tục chuẩn bị hồ sơ xét xử**

    (Trường hợp thủ tục này được thực thi)

    (Thẩm phán): Sau đây, tòa sẽ tiến hành thủ tục làm rõ ràng kết quả thủ tục chuẩn bị hồ sơ xét xử. Đầu tiên, tại phiên tòa này, có 2 điểm tranh luận chính của vụ án này dựa theo kết quả thủ tục chuẩn bị hồ sơ xét xử đã được thực thi bởi tòa án, kiểm sát viên, luật sư. Điểm thứ nhất là......

11. **Yêu cầu xác minh chứng cớ**

    (Kiểm sát viên): Để xác minh những hành vi trên, xin tòa cho kiểm tra các chứng cớ ghi trong các bảng chứng cớ A và B.

12. **Ý kiến của luật sư về yêu cầu xác minh chứng cớ (văn bản – hiện vật)**

（裁）　弁護人，御意見はいかがですか。

（弁）　・　すべて同意します。

　　　　・　甲３号証と甲４号証の目撃者Ａの検察官と司法
　　　　　　警察員に対する供述調書については不同意です。
　　　　　　その余の各証拠は同意します。

　　　　・　証拠物については異議ありません。

　　　　・　乙３号証の被告人の司法警察員に対する供述調
　　　　　　書は，取調べ警察官の脅迫により録取されたもの
　　　　　　であり，任意性を争います。

　　　　・　乙５号証の被告人の司法警察員に対する供述調
　　　　　　書は，供述録取に際し，共犯者をかばって供述し
　　　　　　たものであるので，その調書には信用性がありま
　　　　　　せん。

　　　　・　乙９号証の被告人の検察官に対する供述調書は，
　　　　　　検討中のため意見を留保します。

13　書証の要旨の告知・証拠物の展示

（裁）　それでは，同意のあった各証拠は採用し，取り調べ
　　　　ることにします。検察官，書証の要旨を告知し，証拠
　　　　物を示してください。

　　　　検察官が書証の要旨を告げますので，被告人は聞い
　　　　ていてください。

（検）　・　甲１号証は，司法警察員作成の捜査報告書です。
　　　　　　被告人の出入国状況を示したもので，「被告人は，
　　　　　　平成○○年１０月１４日，Ｙ国から，短期在留資
　　　　　　格（９０日）の条件で来日した。在留資格は，平

(Thẩm phán): Ý kiến của luật sư thế nào?

(Luật sư):   - Chúng tôi hoàn toàn đồng ý.

- Chúng tôi không đồng ý với chứng cớ A3 và A4, tức biên bản ghi lời khai của người mục kích sự việc A với kiểm sát viên và với nhân viên cảnh sát tư pháp. Còn chúng tôi đồng ý với các chứng cớ còn lại.

- Chúng tôi không phản đối gì về những chứng cớ hiện vật.

- Chúng tôi nghi ngờ tính tự nguyện của chứng cớ B3, tức biên bản ghi lời khai của bị cáo với nhân viên cảnh sát tư pháp, vì lời khai này được thực hiện dưới sự đe dọa của nhân viên sĩ quan tư pháp đó.

- Chúng tôi nghi ngờ mức độ tin cậy của chứng cớ B5, tức biên bản ghi lời khai của bị cáo với nhân viên cảnh sát tư pháp, bởi đó là lời khai lúc bị cáo có ý định bao che cho tòng phạm.

- Chúng tôi đang xem xét lại chứng cớ B9, tức biên bản ghi lời khai của bị cáo với kiểm sát viên, vì thế xin được bảo lưu ý kiến đối với chứng cớ này.

13. Tóm tắt chứng cớ văn bản và trưng bày chứng cớ hiện vật

(Thẩm phán): Tòa chấp nhận dùng các chứng cớ mà luật sư đã đồng ý và tiến hành việc kiểm tra chứng cớ. Xin kiểm sát viên tóm tắt các chứng cớ văn bản và trưng bày chứng cớ hiện vật. Xin bị cáo hãy lắng nghe kiểm sát viên đọc bản tóm tắt các chứng cớ văn bản.

(Kiểm sát viên): - Chứng cớ A1 là bản báo cáo điều tra của nhân viên cảnh sát tư pháp về tình trạng xuất nhập quốc của bị cáo có nội dung: "Bị cáo đã từ quốc gia Y, nhập cảnh Nhật Bản ngày 14 tháng 10 năm..... với

成〇〇年1月12日までとなっているが，在留期間の更新は受けていない。」という内容です。

・　甲2号証は，被告人の婚約者甲野花子の司法警察員に対する供述調書です。内容は被告人の生活状況です。

・　乙1号証は，被告人の司法警察員に対する供述調書です。

　　被告人の身上，経歴等を述べたものです。

・　乙2号証，乙3号証は，被告人の司法警察員に対する供述調書であり，乙4号証は，被告人の検察官に対する供述調書です。

　　乙2号証から乙4号証は，いずれも被告人が本件の犯行状況について述べたものですので，乙4号証でまとめて要旨を告げます。

　　「私は，日本で働いてお金を稼ぐために，平成〇〇年10月14日，Y国から，日本に来ました。日本では，最初に鈴木建設という会社で働き，次に田中土建という会社で働きました。在留期間が平成〇〇年1月12日までということは分かっていましたが，お金を稼ぎたいのでそのまま日本にいました。」

・　乙5号証は，被告人の身上関係についての捜査報告書です。

14　証人申請

（裁）　検察官，不同意とされた証拠についてはどうされま

tư cách cư trú ngắn hạn (90 ngày), bị cáo được phép ở Nhật Bản cho đến ngày 12 tháng 1 năm......, nhưng cho đến lúc bị bắt bị cáo đã không gia hạn thêm tư cách lưu trú"

- Chứng cớ A2 là lời khai của hôn thê bị cáo là cô Kouno Hanako với nhân viên cảnh sát tư pháp có nội dung nói về tình trạng sinh sống của bị cáo.

- Chứng cớ B1 là lời khai của bị cáo với nhân viên cảnh sát tư pháp những thông tin về hoàn cảnh gia đình, lý lịch bản thân.

- Cả hai chứng cớ B2 và B3 đều là lời khai của bị cáo với nhân viên cảnh sát tư pháp. Chứng cớ B4 là lời khai của bị cáo với kiểm sát viên.

Từ chứng cớ B2 đến B4 là lời khai của bị cáo về hành vi phạm tội liên quan đến vụ án này. Xin được tóm tắt lời khai của bị cáo trích dẫn từ chứng cớ B4:

"Với mục đích kiếm tiền, tôi đã từ quốc gia Y, nhập cảnh Nhật Bản ngày 14 tháng 10 năm........ Đầu tiên, tôi làm việc tại công ty xây dựng Suzuki, sau đó chuyển sang làm việc ở công ty xây dựng Tanaka. Tôi biết là tôi chỉ được phép lưu trú ở Nhật Bản cho đến ngày 12 tháng 1 năm........., nhưng vì muốn kiếm tiền, nên tôi đã ở lại".

- Chứng cớ B5 là bản báo cáo điều tra liên quan đến lý lịch gia đình bị cáo.

14. Yêu cầu tòa cho chất vấn nhân chứng

(Thẩm phán):Kiểm sát viên định thế nào đối với những chứng cớ

すか。

（検）　撤回して，証人Ａを申請します。

15　証人申請に対する意見及び証人の採用

（裁）　弁護人，御意見は。

（弁）　しかるべく。

（裁）　それでは，Ａを証人として採用します。

16　証人の尋問手続

(1)　証人の宣誓

（裁）　ただいまから，あなたをこの事件の証人として尋問しますから，まずうそをつかないという宣誓をしてください。その宣誓書を朗読してください。

（証）　宣誓　良心に従って真実を述べ，何事も隠さず，偽りを述べないことを誓います。証人Ａ。

（裁）　証人は，今宣誓したように本当のことを証言してください。もし宣誓した上で虚偽の証言をすると，偽証罪で処罰されることがあります。

　証人が証言することによって証人自身又は証人の近親者が刑事訴追を受けたり，有罪の判決を受けるおそれのある事柄については，証言を拒むことができますから，その場合には申し出てください。

(2)　異議申立て及びその裁定

（検）　弁護人のただいまの発問は，誘導尋問ですから，異議を申し立てます。

（弁）　反対尋問においては，誘導尋問も許されるので，検察官の異議の申立ては，理由がないと思料いたし

mà luật sư không đồng ý.

(Kiểm sát viên): Xin rút lại chứng cớ đó và đề nghị tòa cho phép chất vấn nhân chứng A.

15. Liên quan đến yêu cầu cho chất vấn nhân chứng và cho phép nhân chứng trình bày

(Thẩm phán): Ý kiến luật sư thế nào?

(Luật sư):   Thưa không, xin tòa tiếp tục.

(Thẩm phán): Tòa chấp thuận cho (ông, bà) A làm nhân chứng.

16. Thủ tục chất vấn nhân chứng

(1) Nhân chứng tuyên thệ

(Thẩm phán): Tòa sẽ hỏi quí vị với tư cách là nhân chứng của vụ án này. Trước khi trình bày, xin nhân chứng hãy tuyên thệ là không được nói dối. Hãy đọc to lời tuyên thệ.

(Nhân chứng): Tôi xin tuyên thệ trước lương tâm mình là sẽ nói sự thật, không che dấu điều gì và không nói dối. Nhân chứng A.

(Thẩm phán): Với tư cách là nhân chứng, xin quí vị hãy nói thật như đã tuyên thệ, nếu nói dối nhân chứng sẽ bị phạt về tội làm chứng gian.

Tòa xin nhắc là nhân chứng có quyền từ chối trả lời các câu hỏi nếu thấy các câu hỏi đó có thể làm cho nhân chứng hoặc người thân của nhân chứng chịu sự truy tố hình sự, hoặc có tội lây. Hãy cho tòa biết nếu có trường hợp đó.

(2) "Phản đối" và quyết định đối với "việc phản đối đó"

(Kiểm sát viên): Xin phản đối vì luật sư đã đặt câu hỏi mớm lời cho nhân chứng.

(Luật sư):   Việc đặt câu hỏi mớm được cho phép khi "chất vấn đối nghịch", vì thế theo tôi sự phản đối của kiểm sát

ます。

（裁）　異議を棄却します。

(3)　証人尋問の終了

（裁）　証人尋問を終わります。証人は，お疲れさまでした。

17　その他の手続

(1)　弁論の併合決定

（裁）　本件に被告人に対する平成〇〇年（わ）第〇〇号強盗被告事件を併合して審理します。

(2)　訴因及び罰条等の変更

（検）　起訴状記載の訴因を「被告人は・・・・したものである。」と，罪名及び罰条を「窃盗　刑法２３５条」とそれぞれ変更の請求をします。

（弁）　検察官の請求に異議ありません。

（裁）　訴因及び罰条等の変更を許可します。

(3)　被害者特定事項の秘匿決定後，被害者の呼称の定めがされた場合

（裁）　今後の審理においては，平成〇〇年６月２０日付け起訴状記載の公訴事実第１の被害者のことを「被害者Ａ」と，同年７月１０日付け追起訴状記載の被害者のことを「被害者Ｂ」と呼ぶこととします。

(4)　被害者参加許可決定

（検）　本日，被害者Ａさんから被害者参加の申出がありました。検察官としては，相当であると考えます。

（裁）　弁護人の御意見はいかがですか。

viên là không có lý do.

(Thẩm phán): Tòa bác bỏ lời phản đối.

(3) Kết thúc việc chất vấn nhân chứng

(Thẩm phán): Việc chất vấn quí vị với tư cách nhân chứng đến đây là chấm dứt. Thành thật cám ơn nhân chứng.

17. Những thủ tục khác

(1) Tổng hợp các vụ án

(Thẩm phán):Tòa gộp những cáo trạng về tội trộm cướp của bị cáo trong vụ án số ...... (WA) năm ...... vào tội trạng vụ án hiện nay.

(2) Thay đổi nguyên nhân cấu thành tội phạm, điều khoản xử phạt v.v....

(Kiểm sát viên): Chúng tôi yêu cầu: nguyên nhân chính cấu thành tội phạm ghi trong bản truy tố được đổi thành "Bị cáo...................."; tội danh được đổi thành "tội ăn cắp" và điều phạt được đổi thành "điều 235 luật hình sự".

(Luật sư):   Tôi không phản đối.

(Thẩm phán):Tòa chấp thuận những thay đổi trên.

(3) Trường hợp danh xưng của nạn nhân được định sau thủ tục quyết định giữ bí mật các điểm đặc biệt của nạn nhân

(Thẩm phán):Từ giờ trở đi trong phiên xử, danh xưng của nạn nhân theo hành vi truy tố thứ nhất của bản khởi tố ngày 20 tháng 6 năm.....sẽ là "nạn nhân A", và nạn nhân trong bản khởi tố bổ xung ngày 10 tháng 7 cùng năm sẽ là "nạn nhân B".

(4) Quyết định chấp thuận cho nạn nhân tham gia

(Kiểm sát viên): Hôm nay đã có lời yêu cầu từ nạn nhân A muốn tham gia với tư cách nạn nhân. Trên cương vị kiểm sát viên, tôi thấy điều yêu cầu này hợp lý.

(Thẩm phán):   Ý kiến của luật sư thế nào?

（弁）　しかるべく。

（裁）　申出人の本件被告事件の手続への参加を許可します。

(5)　被害者等の被害に関する心情その他の被告事件に関する意見陳述

（被害者等からの申出がある場合）

（裁）　被害者の方からの心情その他の意見陳述を行います。では，被害者の方は証言台に進んで，その意見を陳述してください。

（害）　・　私は，被告人に殴られて，半年も入院しました。その間，身体の自由が利かず，仕事もできず，とてもつらい思いをしました。

　　　　・　被告人のことは，絶対に許せません。

(6)　即決裁判手続

ア　被告事件に対する有罪の陳述

（起訴状朗読及び黙秘権の告知後）

（裁）　検察官が今読んだ事実について何か述べることはありますか。

（被）　間違いありません。

（裁）　事実は間違いないということですが，この事実について，有罪であるとして処罰されても構わないということですか。

（被）　はい。

イ　弁護人の意見

（裁）　弁護人の御意見は。

(Luật sư):   Thưa không có vấn đề gì.

(Thẩm phán):Tòa chấp thuận sự tham gia của nạn nhân.

(5) Phát biểu ý kiến liên quan đến tâm trạng nạn nhân và các ý kiến đối

với bị cáo

(Trường hợp có sự yêu cầu từ nạn nhân).

(Thẩm phán): Sau đây là phần phát biểu tâm trạng của nạn nhân và

các ý kiến khác. Xin mời nạn nhân tiến lên phía trước

phát biểu ý kiến.

(Nạn nhân):   - Tôi đã bị bị cáo đánh, phải nằm bệnh viện nửa năm.

Trong thời gian đó, người tôi không thể cử động một

cách tự nhiên, cũng không làm việc được, thật là khổ sở.

- Hành động của bị cáo không thể tha thứ.

(6) Thủ tục tuyên án ngay sau khi xét xử

A. Phát biểu nhận tội đối với vụ án của bị cáo

(Sau khi đọc bản truy tố và thông báo quyền im lặng)

(Thẩm phán): Bị cáo có điều gì phát biểu đối với các sự việc mà

kiểm sát viên vừa đọc không?

(Bị cáo):   Dạ, đúng như thế.

(Thẩm phán):Bị cáo đã cho biết là đúng như thế, thế thì nếu tòa xử

phạt bị cáo có tội dựa theo những sự việc này cũng

không có vấn đề gì phải không?

(Bị cáo):   Dạ vâng.

B. Ý kiến luật sư

(Thẩm phán):Ý kiến của luật sư thế nào?

（弁）　被告人の陳述と同様です。

ウ　即決裁判手続によって審判する旨の決定

（裁）　本件については，検察官から即決裁判手続の申
立てがされています。被告人，弁護人は即決裁判
手続によることについて同意しており，被告人は
有罪である旨の陳述をしていますので，本件を即
決裁判手続によって審判することとします。

エ　証拠調べ請求等

（裁）　では，証拠調べに入ります。検察官，証拠調べ
請求をお願いします。

（検）　本件公訴事実を立証するため，証拠等関係カー
ド（甲）（乙）記載の各証拠の取調べを請求します。

（裁）　弁護人，いかがですか。

（弁）　いずれも，証拠とすることに異議はありません。

18　論告

（裁）　検察官，御意見を伺います。

検察官がこの事件に対する意見を述べますので，被
告人は聞いていてください。

（検）　それでは論告いたします。

・　まず，事実についてですが，本件公訴事実は，
当公判廷で取り調べられた関係各証拠によって証
明十分と思料します。

・　情状について申し上げます。本件は，被告人が，
金を稼ぐ目的で，当初から不法に残留することを
予定して入国し，2年余りにわたって不法に残留

(Luật sư):   Dạ giống như phát biểu của bị cáo.

C. Quyết định thủ tục tuyên án ngay sau khi xét xử

(Thẩm phán):Trong vụ án này, kiểm sát viên đã có yêu cầu tiến hành thủ tục tuyên án ngay sau khi xét xử. Bị cáo, luật sư cũng đã đồng ý, bị cáo cũng đã nhận là có tội. Vì thế vụ án sẽ được xét xử theo thủ tục tuyên án ngay sau khi xét xử.

D. Những yêu cầu trình bày chứng cớ v.v....

(Thẩm phán): Bắt đầu vào phần điều tra chứng cớ. Xin mời kiểm sát viên yêu cầu tiến hành phần điều tra chứng cớ.

(Kiểm sát viên): Để xác minh những hành vi của vụ án, xin tòa cho kiểm tra các chứng cớ ghi trong các bảng chứng cớ A và B.

(Thẩm phán):Ý kiến luật sư thế nào?

(Luật sư):   Chúng tôi không phản đối.

18. **Luận cứ kết thúc**

(Thẩm phán):Đề nghị kiểm sát viên phát biểu luận cứ kết thúc.

Xin bị cáo hãy nghe phát biểu luận cứ kết thúc của kiểm sát viên.

(Kiểm sát viên): Xin phát biểu luận cứ kết thúc.

- Đầu tiên, về hành vi của vụ án. Những hành vi buộc tội bị cáo đã được khẳng định rõ ràng qua các chứng cớ được xác minh tại phiên tòa.

- Về bối cảnh của vụ án. Với mục đích kiếm tiền, ngay từ đầu bị cáo đã vào Nhật với ý định ở lại Nhật bất hợp pháp và trở thành vụ án cư trú bất hợp pháp kéo

した事案であり，その残留期間の長さなどを考えると，被告人の刑事責任は重大であります。

・　求刑ですが，以上諸般の事情を考慮し，相当法条適用の上，被告人を，懲役1年6月に処するのを相当と思料します。

19　被害者参加人の弁論としての意見陳述

（事前に被害者参加人からの申出がされ，これが許可されている場合）

（裁）　では，弁論としての意見陳述をお願いします。

（参）　この事件の被害者参加人として，私の意見を述べます。

・　被告人は，何の関係もない私に対し，いきなり言い掛かりをつけ，その後，急に殴りかかってきました。

・　このため，私は1か月もの入院を余儀なくされるほどの重傷を負いました。入院中は身体の自由が利かず，本当につらい思いをしました。

・　被告人は，私にも落ち度があるなどといって謝罪すら行わず，また，慰謝料はおろか，入院費用さえも支払っていません。

・　このような被告人のことは，どうしても許せません。私は，被告人を懲役4年の刑にしてほしいと思います。

20　弁護人の弁論

（裁）　弁護人の御意見を伺います。

dài suốt 2 năm. Nếu nghĩ đến khoảng thời gian dài lưu trú bất hợp pháp thì trách nhiệm hình sự của bị cáo rất nặng.

- Với những điểm vừa trình bày, áp dụng luật pháp hiện hành, chúng tôi đề nghị mức án tương đương cho bị cáo là tù giam 1 năm 6 tháng phải lao động.

19. Phát biểu luận cứ của nạn nhân được tham gia

(Trường hợp việc tham gia này được chấp thuận vì có sự yêu cầu của nạn nhân trước phiên tòa)

(Thẩm phán):Xin mời nạn nhân phát biểu phần luận cứ

(Nạn nhân tham gia): Là một nạn nhân được tham gia vụ án này, tôi xin được trình bày:

- Bị cáo là người hoàn toàn không quan hệ với tôi, đột nhiên tìm cớ gây sự, bất ngờ đánh tôi.

- Vì thế, tôi bị thương nặng phải nhập viện đến 1 tháng. Trong thời gian nhập viện, người tôi không cử động tự do được, thật là khổ sở.

- Bị cáo đã cho tôi là người có lỗi, không xin lỗi. Tiền bồi thường đã không trả, và ngay cả các phí khoản nhập viện cũng không chịu trả.

- Tôi không thể tha thứ những hành động của bị cáo, tôi muốn bị cáo phải chịu 4 năm tù giam phải lao động.

20. Phần phát biểu luận cứ của luật sư

(Thẩm phán):Xin luật sư cho biết ý kiến.

（弁）　では，被告人のため，弁論いたします。

(1)　出入国管理及び難民認定法違反（自白事件）の例

- ・　本件公訴事実に関しては，被告人は当公判廷においてもこれを素直に認めており，弁護人としてもこれに対し特段異議をとどめるべき点はございません。

- ・　被告人も当公判廷で供述したとおり，本件は弁解の余地のない違法行為であり，被告人自身，長期にわたる不法残留については十分反省し，国外に退去した後は2度と日本には来ないと供述しており，今後2度とこのような違法行為を繰り返さないことを誓っているものです。

- ・　被告人の残留目的は，就労であり，それ以外の不法な目的を有していたものではありません。

- ・　現に，来日してから逮捕されるまでの間は，まじめに稼働しており，本件以外の犯罪を犯したこともなく，前科前歴はありません。

- ・　被告人は今回，逮捕，勾留，起訴という厳しい処分を受け，既に相当の期間の身柄拘束処分を受けており，十分な社会的，経済的制裁を受けています。

- ・　以上の事情を併せ考慮されて，被告人に是非とも自力更生，再起の機会を与えていただきたく，執行猶予の寛大な判決を下されるよう，切にお願いする次第です。

(2)　窃盗（否認事件）の例

- ・　被告人は，指輪を買うつもりだったのであり，窃盗

(Luật sư):　　Tôi xin phát biểu luận cứ kết thúc cho bị cáo.

(1) Ví dụ về việc vi phạm luật quản lý xuất nhập cảnh và luật công nhận quyền tị nạn (vụ án thừa nhận mình có tội)

- Vì bị cáo đã thành thật thú nhận trước tòa những hành vi dẫn đến sự phạm tội trong vụ án này, nên với tư cách là luật sư bào chữa, tôi không thấy có điểm nào cần phản đối.

- Như bị cáo đã phát biểu trước tòa, đây rõ ràng là hành vi vi phạm luật quản lý xuất nhập cảnh và hiện nay bị cáo rất lấy làm tiếc về thời gian cư trú trái phép tại Nhật. Bị cáo đã nói sau khi bị trục xuất sẽ không trở lại Nhật Bản lần thứ hai và hứa là sẽ không bao giờ tái phạm luật này.

- Mục đích cư trú bất hợp pháp tại Nhật Bản của bị cáo là để tìm việc làm chứ không có mục đích bất hợp pháp nào khác.

- Kể từ ngày đến Nhật cho đến lúc bị bắt, bị cáo đã làm việc chăm chỉ và không hề phạm luật gì khác ngoài việc cư trú bất hợp pháp. Ngoài vụ án này, bị cáo cũng chưa hề có tiền án tiền sự nào khác.

- Trong vụ này, bị cáo đã phải chịu nhiều hình thức nghiêm khắc như bị tạm giam và bị truy tố. Bị cáo đã bị tạm giam một thời gian tương đối dài, và như vậy bị cáo đã bị trừng phạt đích đáng về mặt xã hội và kinh tế.

- Suy xét những điều vừa trình bày trên, chúng tôi xin tòa cho phép bị cáo cơ hội làm lại cuộc đời, tự lực cánh sinh bằng cách cho bị cáo được hưởng án treo.

(2) Ví dụ phạm tội ăn cắp (bị cáo không thừa nhận là có tội)

- Bị cáo đã có ý định mua chiếc nhẫn đó, và không

の故意はなく，無罪です。このことは証拠によって認められる次の事実から明らかであります。

（中略）

・　以上のことから，被告人には窃盗の故意がなく，無罪であります。

21　被告人の最終陳述

（裁）　これで審理を終わりますが，最後に何か言っておきたいことはありますか。

（被）　・　申し訳ないことをしたと思います。

　　　　・　私は盗むつもりはありませんでした。早く自分の国へ帰らせてください。

22　公判期日の告知

(1)　次回公判期日の告知

（裁）　次回公判期日は，平成○○年１１月８日午前１０時３０分と指定します。

(2)　判決言渡期日の告知

（裁）　それでは，判決は平成○○年１２月６日午後１時にこの法廷で言い渡します。

23　判決宣告

（裁）　被告人に対する○○被告事件の判決を言い渡します。

　　　　（判決主文の例については，第３章及び第４章参照）

　　　　理由・　当裁判所が証拠により認定した罪となるべき事実（犯罪事実）の要旨は次のとおりである。

　　　　　　・　そこで，所定の法条（法律）を適用して，

cố ý ăn cắp, nên bị cáo vô tội. Điều này được chứng

minh rô ràng qua những sự việc sau:

(giản lược)

- Qua những yếu tố trên cho thấy bị cáo không cố ý ăn

cắp và vì thế bị cáo vô tội.

21. Phát biểu cuối cùng của bị cáo

(Thẩm phán): Phần xét xử đến đây là chấm dứt. Bị cáo muốn phát

biểu lời gì cuối cùng không?

(Bị cáo):   - Tôi rất lấy làm tiếc về những gì đã làm.

- Tôi không có ý định ăn cắp. Xin cho tôi sớm được

trở về nước.

22. Thông báo ngày giờ phiên tòa tới

(1) Thông báo ngày giờ phiên tòa tới:

(Thẩm phán): Tòa quyết định phiên tòa tới được xử vào lúc 10 giờ

30 sáng ngày 8 tháng 11 năm......

(2) Thông báo về ngày tuyên án:

(Thẩm phán): Vào 1 giờ chiều ngày 6 tháng 12 năm.... tòa sẽ đọc lời

tuyên án tại phòng xử này.

23. Lời tuyên án của thẩm phán

(Thẩm phán): Tòa bắt đầu tuyên án về vụ án hình sự...... đối với bị cáo.

(Tham khảo Chương 3 và Chương 4 về một số ví dụ hình thức

tuyên án).

Cơ sở tuyên án:

- Những hành vi cấu thành tội phạm (hành vi tội

phạm) của bị cáo dựa trên chứng cớ như dưới đây đã

được xác minh tại toà.

- Vì vậy, tòa đã ra phán quyết bản án này chiếu theo

主文のとおり判決する。

・　刑を定めるに当たって考慮した事情は以下
のとおりである。

（判決理由の例については，第5章及び第6章
参照）

24　執行猶予の説明

(1)　身柄拘束中の被告人の執行猶予

（裁）　刑事裁判の手続としては，釈放されます。今後○
年間のうちに日本で罪を犯さなければ，刑務所に入
らなくてもよくなります。しかし，この○年間のう
ちに日本で罪を犯してまた刑に処せられることがあ
ると，この執行猶予は取り消されます。そうなると，
今回の懲役○年の刑を実際に受けなければならなく
なります。もちろん，その場合には新たに犯した罪
の刑も受けます。そういうことのないように，十分
注意してください。

(2)　既に不法残留になっている被告人の執行猶予

（裁）　なお，被告人の場合は既に在留期間が経過してい
ますから，この判決の後間もなく，入国管理局にお
いて被告人を本国に送還する手続がなされると思い
ます。したがって，結局，送還後○年間日本に来て
犯罪を犯さなければ，今回の刑を受けることはない
ということになります。

25　未決勾留日数の説明

（裁）　被告人はこれまで相当期間勾留されていますから，

luật lệ hiện hành.

- Những tình tiết như sau đây đã được suy xét khi xác định hình thức tuyên án và mức độ hình phạt.

(Tham khảo Chương 5 và Chương 6 về "Những cơ sở cho việc tuyên án")

24. Giải thích về việc áp dụng án treo

(1) Áp dụng vào hình thức án treo đối với bị cáo đang bị giam giữ

(Thẩm phán):Theo thủ tục tòa án hình sự, bị cáo sẽ được phóng thích. Trong vòng.... năm, nếu bị cáo không phạm tội gì tại Nhật Bản, bị cáo sẽ không phải vào tù. Tuy nhiên trong vòng.... năm này, nếu phạm tội và bị kết án thì án treo này sẽ bị hủy bỏ, bị cáo phải vào tù và chịu hình thức lao động cưỡng bách trong .....năm như phán quyết hôm nay của tòa, cộng thêm cả số năm tù bị tuyên án do bị cáo phạm tội mới. Vì vậy, bị cáo phải cẩn thận lưu ý đừng để tình trạng này xảy ra.

(2) Áp dụng án treo đối với bị cáo phạm tội lưu trú bất hợp pháp

(Thẩm phán):Thời gian lưu trú của bị cáo tại Nhật đã quá hạn, nên ngay sau khi tuyên án, Cục Quản Lý Xuất Nhập Cảnh sẽ tiến hành các thủ tục để trục xuất bị cáo. Vì thế trên thực tế bị cáo sẽ không bị tù giam vì tội này nếu trong vòng .... năm sau khi bị trục xuất, bị cáo trở lại Nhật Bản mà không phạm tội hình sự nào khác.

25. Giải thích về việc trừ số ngày bị tạm giam vào thời gian bị tuyên án

(Thẩm phán): Bị cáo đã bị tạm giam trong một thời gian khá dài.

そのうちの〇日間は既に刑の執行を受け終わったものとします。したがって，言い渡した〇年〇か月の刑から実際には〇日間が差し引かれることになります。

26　保護観察の説明

（裁）　保護観察というのは，国の機関である保護観察所の保護観察官の指導監督によって，被告人が再び間違いを起こすことのないように手助けする制度です。普通は毎月1回以上保護観察所に所属する保護観察官のもとにいる保護司という人と会って，被告人の日ごろの生活について指導を受けることになります。

　　この判決の確定後，速やかに，保護観察所に出頭して保護観察所の説明を受けてください。保護観察所では，守らなければならない事項について指示されますが，もし，この遵守事項を守らない場合には，この刑の執行猶予を取り消されることがあります。また，再び犯罪を犯して禁錮以上の刑に処せられた場合には法律上執行猶予を付けることができないので，そのようなことのないよう十分注意してください。

27　上訴権の告知

（裁）　この判決に不服がある場合には，控訴〈上告〉の申立てをすることができます。その場合には，明日から14日以内に〇〇高等裁判所〈最高裁判所〉あての控訴〈上告〉申立書をこの裁判所に差し出してください。

第3章　第一審における判決主文の例

1　有罪の場合

Trong đó có..... ngày được coi là số ngày đã bị tù giam. Vì vậy thời gian thực thụ bị tù sẽ là thời gian tuyên án trừ đi số ngày đã bị tù giam nói ở trên.

26. Giải thích về chế độ Giám sát bảo hộ

(Thẩm phán): Giám sát bảo hộ là một chế độ có mục đích giúp bị cáo không tái phạm sai lầm, do các nhân viên giám sát bảo hộ của các văn phòng giám sát nhà nước đảm trách. Thông thường, bị cáo sẽ phải gặp nhân viên giám sát bảo hộ trực thuộc sở giám sát bảo hộ 1 tháng trên 1 lần để được hướng dẫn về cuộc sống hàng ngày. Ngay sau khi phiên tòa kết thúc, bị cáo phải nhanh chóng lên sở giám sát bảo hộ trình diện và nhận những hướng dẫn mà bị cáo phải tuân theo. Nếu không thực hiện đúng những chỉ dẫn này, việc thực thi án theo hình thức này sẽ bị hủy bỏ. Bị cáo cần lưu ý rằng, nếu vi phạm một tội nào khác và bị tuyên án tù cấm cố (tù giam không phải lao động cưỡng bức) hay nặng hơn nữa thì bị cáo sẽ không được quyền hưởng việc áp dụng hình thức án treo như thế này nữa.

27. Thông báo về quyền kháng án

(Thẩm phán): Nếu cảm thấy không hài lòng với phán quyết này thì bị cáo có quyền kháng án. Nếu quyết định kháng án, thì bị cáo cần làm đơn và nộp đơn kháng án gửi lên tòa thượng thẩm (tòa án cấp cao) trong vòng 14 ngày kể từ ngày mai.

Chương 3 Một số ví dụ về hình thức tuyên án của tòa sơ thẩm thứ nhất

1. Trường hợp có tội

(1) 主刑

　ア　基本型

　　・　被告人を懲役〈禁錮〉１年に処する。

　　・　被告人を罰金２０万円に処する。

　　・　被告人を拘留１０日に処する。

　イ　少年に不定期刑を言い渡す場合

　　被告人を懲役１年以上２年以下に処する。

　ウ　併科の場合

　　被告人を懲役１年及び罰金２０万円に処する。

　エ　主文が２つになる場合

　　被告人を判示第１の罪について懲役１年に，判示第２の罪について懲役２年に処する。

(2) 未決勾留日数の算入

　ア　基本型

　　未決勾留日数中３０日をその刑に算入する。

　イ　本刑が数個ある場合

　　未決勾留日数中３０日を判示第１の罪の刑に算入する。

　ウ　本刑が罰金・科料の場合

　　未決勾留日数中３０日を，その１日を金５０００円に換算して，その刑に算入する。

　エ　刑期・金額の全部に算入する場合

　　・　未決勾留日数中，その刑期に満つるまでの分をその刑に算入する。

　　・　未決勾留日数中，その１日を金５０００円に換算してその罰金額に満つるまでの分を，その刑に算入

(1) Những mức án

    A. Mức cơ bản

        - Tòa tuyên án bị cáo 1 năm tù giam phải lao động (hoặc không phải lao động).

        - Tòa tuyên phạt bị cáo 200.000 Yen.

        - Tòa tuyên phạt bị cáo 10 ngày tù giam.

    B. Mức án bất định kỳ đối với thiếu niên

        Tòa tuyên phạt bị cáo bị tù giam phải lao động với thời gian tối thiểu là trên 1 năm và tối đa là dưới 2 năm.

    C. Án tù cộng với phạt tiền

        Tòa tuyên phạt bị cáo 1 năm tù giam phải lao động và nộp phạt 200.000 yen.

    D. Tuyên 2 mức án riêng

        Đối với tội trạng thứ nhất, tòa tuyên án bị cáo 1 năm tù giam phải lao động, đối với tội trạng thứ hai là 2 năm tù giam phải lao động.

(2) Việc trừ số ngày bị tạm giam

    A. Mức cơ bản

        Sẽ trừ 30 ngày (trong tổng số ngày bị tạm giam trong thời gian xét xử) vào số ngày bị tuyên án.

    B. Đối với bản án có nhiều tội

        Sẽ trừ 30 ngày (trong tổng số ngày bị tạm giam trong thời gian xét xử) vào số ngày bị tuyên án đối với tội trạng thứ nhất.

    C. Trường hợp phạt tiền

        Số tiền tương đương với 30 ngày (trong tổng số ngày bị tạm giam trong thời gian xét xử) mà mỗi ngày là 5.000 yen sẽ được trừ vào số tiền phạt.

    D. Trường hợp số ngày bị tạm giam trong thời gian xét xử được trừ hết vào số thời gian bị tuyên án tù hoặc tính ra tiền thì trừ hết vào số tiền bị phạt

        - Một phần trong số ngày bị tạm giam trong thời gian xét xử được trừ hết vào số ngày bị tuyên án.

        - Trong tổng số ngày bị tạm giam và trong khi xét xử,

する。

(3) 労役場留置

　ア　基本型

　　その罰金を完納することができないときは，金５００
　０円を１日に換算した期間被告人を労役場に留置する。

　イ　端数の出る場合

　　その罰金を完納することができないときは，金６００
　０円を１日に換算した期間（端数は１日に換算する。）
　被告人を労役場に留置する。

(4) 刑の執行猶予

　　この裁判が確定した日から３年間その刑の執行を猶予す
　る。

(5) 保護観察

　　被告人をその猶予の期間中保護観察に付する。

(6) 補導処分

　　被告人を補導処分に付する。

(7) 没収

　ア　基本型

　　押収してある短刀１本（平成○○年押第○○号の１）
　を没収する。

　イ　偽造・変造部分の没収

　　押収してある約束手形１通（平成○○年押第○○号の
　１）の偽造部分を没収する。

　ウ　裁判所が押収していない物の没収

　　○○地方検察庁で保管中の約束手形１通（平成○○年

số ngày được trừ tính tương đương mỗi ngày 5.000 yen đủ trả hết số tiền phạt.

(3) Lao động bắt buộc trong trường hợp không trả được tiền phạt

A. Mức cơ bản

Nếu bị cáo không thể trả được toàn bộ số tiền bị phạt thì sẽ bị buộc phải lao động tại một cơ sở sản xuất với số ngày tương ứng mà một ngày được tính là 5.000 Yen.

B. Trường hợp số tiền phạt có số lẻ

Nếu bị cáo không thể trả được toàn bộ số tiền bị phạt thì sẽ bị buộc phải lao động tại một cơ sở sản xuất với số ngày tương ứng mà một ngày được tính là 6.000 Yen (số tiền lẻ được tính là phần của một ngày).

(4) Mức án treo

Bản án này sẽ được thi hành dưới hình thức án treo trong 3 năm kể từ ngày trở thành án chung thẩm.

(5) Giám sát bảo hộ

Bị cáo sẽ bị đặt dưới sự giám sát trong thời gian giám sát bảo hộ.

(6) Thi hành việc hướng dẫn

Trong thời gian này bị cáo sẽ phải chịu sự kiểm soát và chỉ đạo của các cơ quan có thẩm quyền.

(7) Tịch thu

A. Mức cơ bản

Tịch thu một con dao ngắn mà tòa đang giữ (vật thu giữ số ◯◯ -1, năm .....)

B. Tịch thu những phần sửa đổi hoặc làm giả

Tịch thu 1 chi phiếu giao ước (vật thu giữ số ◯◯ -1, năm.......) trong phần chi phiếu giao ước giả mạo mà tòa đang giữ.

C. Tịch thu những vật mà tòa chưa thu giữ

Tịch thu 1 chi phiếu giao ước (vật thu giữ số ◯◯ − 1,

○地領第○○号の1）を没収する。

　　エ　犯罪被害財産の没収

　　　○○地方検察庁で保管中の現金８００万円（平成○○
　　年○地領第○○号の1，当該現金は犯罪被害財産）を没
　　収する。

(8)　追徴

　　ア　基本型

　　　被告人から金１０万円を追徴する。

　　イ　犯罪被害財産の価額の追徴

　　　被告人から金３００万円（当該金３００万円は犯罪被
　　害財産の価額）を追徴する。

(9)　被害者還付

　　ア　基本型

　　　押収してある本1冊（平成○○年押第○○号の1）を
　　被害者Ａに還付する。

　　イ　被害者不明の場合

　　　押収してある本1冊（平成○○年押第○○号の1）を
　　被害者（氏名不詳）に還付する。

　　ウ　被害者が死亡した場合

　　　押収してある本1冊（平成○○年押第○○号の1）を
　　被害者Ａの相続人に還付する。

(10)　仮納付

　　被告人に対し，仮にその罰金に相当する金額を納付すべ
　きことを命ずる。

(11)　訴訟費用の負担

năm...) mà viện kiểm sát địa phương đang giữ.

D. Tịch thu tài sản bị cáo chiếm đoạt sau khi phạm tội

Tịch thu số hiện kim 8.000.000 yen do viện kiểm sát địa phương đang giữ (biên lai số ⚪⚪ -1, năm ....; số hiện kim đó là "tài sản bị cáo chiếm đoạt sau khi phạm tội").

(8) Truy thu

A. Mức cơ bản

Bị cáo bị truy thu số tiền là 100.000 yen.

B. Truy thu tiền từ "tài sản bị cáo chiếm đoạt sau khi phạm tội"

Bị cáo bị truy thu số tiền là 3.000.000 yen (3.000.000 yen là số tiền của "tài sản bị cáo chiếm đoạt sau khi phạm tội").

(9) Trả lại những vật thu giữ cho nạn nhân

A. Mức cơ bản

Trả lại cho nạn nhân A một quyển sách đang bị thu giữ (vật thu giữ số ⚪⚪ -1, năm...).

B. Trường hợp không biết rõ nạn nhân

Trả lại cho nạn nhân (không biết tên) một quyển sách đang bị thu giữ (vật thu giữ số ⚪⚪ - 1, năm.......).

C. Trường hợp nạn nhân đã chết

Trả lại cho người thừa kế nạn nhân A một quyển sách bị thu giữ (vật thu giữ số ⚪⚪ - 1, năm...).

(10) Việc tạm nộp

Tòa ra lệnh cho bị cáo phải tạm nộp số tiền tương đương với số tiền bị phạt.

(11) Việc chi trả án phí

- 訴訟費用は被告人の負担とする。

- 訴訟費用は被告人両名の連帯負担とする。

- 訴訟費用は，その2分の1ずつを各被告人の負担とする。

- 訴訟費用のうち，証人Aに支給した分は被告人の負担とする。

- 訴訟費用中通訳人○○○○に支給した分を除き，その余の分は被告人の負担とする。

(12) 刑の執行の減軽又は免除

- その刑の執行を懲役1年に減軽する。

- 被告人を懲役1年に処し，その刑の執行を免除する。

(13) 刑の免除

被告人に対し刑を免除する。

2 無罪・一部無罪の場合

(1) 無罪

被告人は無罪。

(2) 一部無罪

本件公訴事実中詐欺の点については，被告人は無罪。

3 その他の場合

(1) 免訴

被告人を免訴する。

(2) 公訴棄却

本件公訴を棄却する。

(3) 管轄違い

本件は管轄違い。

- Bị cáo phải trả mọi án phí cho việc xử án.

- Hai bị cáo phải cùng trả mọi chi phí cho việc xử án.

- Mỗi bị cáo phải trả một nửa chi phí cho việc xử án.

- Trong các chi phí cho việc xử án, bị cáo phải trả phần án phí đã cung cấp cho nhân chứng A.

- Bị cáo phải trả mọi chi phí tòa án, trừ phần chi phí thuê người thông dịch.............

(12) Việc giảm án và miễn án

- Bản án nói trên được giảm xuống còn 1 năm tù giam phải lao động

- Tòa tuyên án 1 năm tù giam phải lao động. Án này sẽ được miễn thi hành.

(13) Miễn trừng phạt

- Bị cáo được miễn trừng phạt.

2. Tuyên án vô tội và vô tội một phần

(1) Vô tội

- Tòa tuyên án bị cáo vô tội.

(2) Vô tội một phần

- Tòa tuyên án bị cáo không phạm tội lường gạt trong vụ án này.

3. Các hình thức tuyên án khác

(1) Miễn tố

- Bị cáo được miễn tố.

(2) Bác bỏ truy tố

- Tòa bác bỏ việc truy tố trong vụ án này.

(3) Không thuộc thẩm quyền

- Vụ này không thuộc thẩm quyền của tòa này.

第4章　控訴審における判決主文の例

1　控訴棄却・破棄

(1)　控訴棄却

- 本件控訴を棄却する。

- 本件各控訴を棄却する。

- 本件控訴中被告人○○に関する部分を棄却する。

(2)　破棄自判

- 原判決を破棄する。被告人を懲役○年○月に処する。

- 原判決中有罪部分を破棄する。被告人は無罪。

- 被告人らに対する各原判決を破棄する。被告人Aを懲役1年に，被告人Bを懲役6月にそれぞれ処する。

- 原判決中被告人○○に関する部分を破棄する。被告人○○を懲役3年に処する。

(3)　破棄差戻し

原判決を破棄する。本件を○○地方裁判所に差し戻す。

(4)　破棄移送

原判決を破棄する。本件を○○地方裁判所に移送する。

2　未決勾留日数の算入

- 当審における未決勾留日数中○○日を原判決の刑に算入する。

- 原審における未決勾留日数中○○日をその刑に算入する。

3　訴訟費用の負担

- 当審における訴訟費用中通訳人○○○○に支給した分を除き，その余の分は被告人の負担とする。

Chương 4 Một số ví dụ về hình thức tuyên án tại tòa thượng thẩm

1. Bác bỏ đơn kháng án, bác bỏ nguyên án

(1) Bác bỏ đơn kháng án

- Đơn kháng án bị bác bỏ.

- Tất cả đơn kháng án trong vụ này đều bị bác bỏ.

- Bác bỏ đơn kháng án về phần cáo buộc liên quan đến bị cáo.....

(2) Bác bỏ tuyên án và ra tuyên án mới

- Bản án cũ được hủy bỏ. Tòa tuyên án bị cáo .... năm..... tháng tù giam phải lao động.

- Phần phạm tội trong bản án trước được bãi bỏ. Tòa tuyên bố bị cáo vô tội.

- Những mức án trước đối với các bị cáo đều bị bãi bỏ và giờ đây tòa tuyên án bị cáo A một (1) năm tù giam phải lao động, bị cáo B sáu (6) tháng tù giam phải lao động.

- Bản án cũ đối với bị cáo ..... bị hủy bỏ. Giờ đây tòa tuyên án bị cáo 3 năm tù giam phải lao động.

(3) Bác bỏ nguyên án và trả lại cho tòa sơ thẩm

- Bác bỏ bản án cũ và vụ án này được trả lại cho tòa sơ thẩm.....

(4) Bác bỏ nguyên án và chuyển sang tòa khác

- Bác bỏ bản án cũ và chuyển vụ án này đến tòa sơ thẩm......

2. Việc trừ vào số ngày bị tạm giam và trong thời gian xử án vào bản án

- Trong tổng số những ngày bị tạm giam và trong thời gian xử vụ án này thì.... ngày sẽ được trừ vào thời hạn tù giam của bản án trước.

- Trong tổng số những ngày bị tạm giam và trong thời gian xử vụ án trước thì ..... ngày sẽ được trừ vào thời hạn tù giam của bản án trước.

3. Việc chi trả án phí

- Bị cáo phải trả tất cả chi phí của phiên tòa này trừ lệ phí thuê người thông dịch.................

・　原審における訴訟費用中証人○○○○に支給した分
は，被告人の負担とする。

第5章　第一審における判決理由

1　罪となるべき事実

(1)　不正作出支払用カード電磁的記録供用罪及び窃盗罪の例

「被告人は，Ａ名義のキャッシュカードを構成する人の
財産上の事務処理の用に供する電磁的記録を不正に作出し
て構成されたＢ名義のキャッシュカードの外観を有する不
正電磁的記録カード１枚を使用して，金員を窃取しようと
企て，平成○○年６月１２日午前１１時３０分ころ，東京
都杉並区西荻窪４丁目２番５号所在のＣ銀行西荻窪支店に
おいて，前後２回にわたり，人の財産上の事務処理を誤ら
せる目的で，上記カードを同所設置の現金自動預払機に挿
入させて同カードの電磁的記録を読み取らせて同機を作動
させ，同カードの電磁的記録を人の財産上の事務処理の用
に供するとともに，同機からＣ銀行西荻窪支店長管理に係
る現金５０万円を引き出して窃取したものである。」

(2)　覚せい剤取締法違反罪の例

「被告人は，法定の除外事由がないのに，平成○○年４
月５日午後６時３０分ころ，山中市山田町３番６号の被告
人方において，覚せい剤であるフェニルメチルアミノプロ
パン約０．０４グラムを含有する水溶液０．２５ミリリッ
トルを自己の左腕に注射し，もって，覚せい剤を使用した
ものである。」

(3)　大麻取締法違反罪の例

- Bị cáo phải trả số tiền trả cho nhân chứng........... ,

một phần trong tổng số án phí của bản án cũ.

Chương 5 Những cơ sở cho việc tuyên án tại tòa sơ thẩm thứ nhất

1. Các hành vi cấu thành tội phạm

(1) Tội chế tạo bất chính thẻ điện từ dùng để thanh toán tiền và tội ăn cắp

Bị cáo đã lấy dữ kiện điện từ của thẻ thanh toán tiền dùng cho việc xử lý hồ sơ quản lý tài sản của người tên A để làm giả mạo thẻ điện từ thanh toán tiền ngân hàng với tên mới là B. Vào lúc 11 giờ 30 sáng ngày 12 tháng 6 năm..... , tại ngân hàng C chi nhánh Nishiogikubo địa chỉ là 4-2-5 Nishiogikubo quận Suginami thành phố Tokyo, bị cáo đã đút thẻ giả mạo vào máy rút tiền tự động tại ngân hàng C chi nhánh Nishiogikubo trên dưới 2 lần. Với mục đích làm máy lấy tiền nhầm lẫn việc sử dụng quản lý tài sản, bị cáo đã cho thẻ giả mạo vào máy tự động rút tiền để cho máy đọc thông tin trên thẻ của người tên A và lấy cắp số tiền tổng cộng là 500.000 ngàn yen thuộc quyền quản lý của trưởng chi nhánh Nishiogikubo ngân hàng C.

(2) Ví dụ vi phạm luật kiểm soát thuốc kích thích

Mặc dù không có lý do ngoại lệ do luật pháp quy định, lúc 6 giờ 30 chiều ngày 5 tháng 4 năm......, tại nhà bị cáo, địa chỉ 3-6 Yamada-cho thành phố Yamanaka, bị cáo đã sử dụng chất kích thích bằng cách tự chích vào cánh tay trái 0,25 mi li lít dung dịch có chứa 0,04 gram chất kích thích Phenyl menthyl amino propan.

(3) Vi phạm luật kiểm soát cần sa

「被告人は，みだりに，大麻を輸入しようと企て，大麻草７０．９４グラム（種子を含む）を自己の着用する両足靴下底にそれぞれ隠匿携帯した上，○○○○年５月３日（現地時間），Ａ国○○国際空港から○○航空０１７便の航空機に搭乗し，平成○○年５月４日午後零時３０分ころ千葉県成田市所在の成田国際空港に到着し，大麻を身につけたまま同航空機から本邦に上陸し，もって，本邦内に大麻を輸入したものである。」

(4) 麻薬及び向精神薬取締法違反罪の例

「被告人は，みだりに，平成○○年６月１０日午後６時ころ，東京都千代田区田中町３番１号の被告人方洋服ダンス内に麻薬である塩酸ジアセチルモルヒネの粉末約１０グラムを所持したものである。」

(5) 売春防止法違反罪の例

「被告人は，売春をする目的で，平成○○年１０月８日午後１１時２０分ころから同日午後１１時４５分ころまでの間，横浜市港北区新横浜２丁目５番１０号喫茶店「かおり」横付近から同区同町２丁目２番４号葵銀行新横浜支店前に至る間の路上をうろつき，あるいは立ち止まるなどし，もって，公衆の目にふれるような方法で客待ちをしたものである。」

(6) 強盗致死罪の例

「被告人は，遊興費欲しさとうっ憤晴らしのために，適当な相手を見つけて袋だたきにして所持金等を強取しようと考え，Ａ，Ｂと共謀の上，平成○○年１２月３日午前３

Mặc dù không được phép, bị cáo đã định nhập khẩu cần sa bằng cách mang theo 70,94 gr cần sa (gồm cả hạt), giấu bên trong đôi tất đang mang ở chân rồi lên chuyến bay số 017 của hãng hàng không......... từ sân bay quốc tế của quốc gia...... ngày 3 tháng 5 năm..... (giờ địa phương). Khi máy bay hạ cánh xuống sân bay quốc tế Narita hồi 12 giờ 30 ngày 4 tháng 5 năm....., bị cáo vẫn để nguyên số lá cây và hạt cần sa này nhập cảnh Nhật Bản. Như vậy bị cáo đã phạm tội nhập khẩu cần sa vào Nhật Bản.

(4) Vi phạm luật kiểm soát ma túy và thuốc an thần

Lúc 6 giờ chiều ngày 10 tháng 6 năm...... đã tìm thấy 10 gram chất kích thích diacetylmorphine trong tủ áo của nhà bị cáo tại địa chỉ 3-1 Tanaka quận Chiyoda thành phố Tokyo.

(5) Vi phạm luật chống mại dâm

Trong khoảng thời gian từ 11 giờ 20 đến 11 giờ 45 tối ngày 8 tháng 10 năm......, với mục đích bán dâm, bị cáo đã đi qua đi lại, hoặc đứng lại trên đoạn đường từ quán cà phê Kaori nằm tại số 2-5-10 Shin Yokohama, quận Kouhoku thành phố Yokohama đến chi nhánh ngân hàng Aoi nằm tại số 2-2-4 Shin Yokohama. Như vậy bị cáo đã có hành vi đón đợi khách mua dâm tại nơi công cộng.

(6) Cướp giật dẫn đến chết người

Bị cáo có ý định tìm đánh người rồi cướp tiền của người đó với mục đích ăn chơi và thỏa mãn tính bạo ngược của mình. Sau khi bàn bạc với nhau, tại đoạn đường nằm trong khu vực 14-1 Tanaka-cho

時１０分ころ，さいたま市大宮区高鼻町１４番１号付近の路上において，たまたま通りかかったＣ（当時２０歳）に対し，被告人，Ａ，Ｂにおいてこもごも，その顔面，頭部，腹部等を多数回にわたってこぶしで殴り，力一杯蹴り付けるなどの暴行を加えた上，Ａにおいて，抵抗できなくなったＣからその所有する現金３万２０００円くらいが入った財布１個を奪い取ったが，その際前記各暴行によって，Ｃに対し左側急性硬膜下血腫，脳挫傷，外傷性くも膜下血腫の傷害を負わせ，同月１３日午後４時１２分ころ，さいたま市大宮区盆栽町２丁目３番２号大宮病院において，それらの傷害により同人を死亡させたものである。」

(7) 自動車運転過失傷害罪の例

「被告人は，平成○○年９月１２日午前９時３０分ころ，普通乗用自動車を運転し，東京都武蔵野市吉祥寺東町３１番地付近道路先の左方に湾曲した道路を荻窪方面から三鷹方面に向かい時速約５０キロメートルで進行していた。こういった場合，自動車運転者としては前方を注視し，ハンドル操作を正しく行って進路を適正に保って進行すべき自動車運転上の注意義務がある。しかしながら，被告人は足元に落とした地図を拾うのに気を奪われたためこの注意義務に違反して，前方注視を欠き，ハンドルから一瞬手を離したまま，時速約５０キロメートルで進行するという過失を犯した。このため，車は対向車線に進入して，対面進行してきたＡ運転の大型貨物自動車の右側面に衝突した上，その衝撃で更に前方に進出して，Ａ運転車両の後方から進

quận Omiya, thành phố Saitama, vào lúc 3.10 sáng ngày 3 tháng 12 năm...... hai bị cáo A và B đã thay phiên nhau đấm và đá nhiều lần vào mặt, đầu, bụng và nhiều bộ phận khác trên cơ thể nạn nhân C (lúc đó 20 tuổi) tình cờ đi ngang đó. Sau khi nạn nhân không còn tự vệ được nữa, bị cáo A đã lấy chiếc ví của nạn nhân trong đó đựng 32.000 yen tiền mặt. Với hành động bạo lực của hai bị cáo như trên, nạn nhân C đã bị xuất huyết cấp tính dưới màng tang bên phải, bị chấn thương bên ngoài não, và bị xuất huyết dưới màng nhện, từ đó đưa đến cái chết của nạn nhân vào lúc 4 giờ 12 chiều ngày 13 tháng 12 năm .... tại bệnh viện Omiya, địa chỉ 2-3-2 Bonsai-cho quận Omiya thành phố Saitama.

(7) Gây thương tích do bất cẩn khi lái xe

Vào hồi 9 giờ 30 sáng ngày 12 tháng 9 năm......, bị cáo đã lái chiếc xe với vận tốc khoảng 50 cây số một giờ trên đường có đoạn vòng sang phía trái nằm ở ngoại vi khu vực 31 Higashi-cho Kichijoji quận Musashino thành phố Tokyo, từ Ogikubo đi về hướng Mitaka. Trong trường hợp này, bị cáo là người lái xe, có bổn phận phải quan sát cẩn thận phía trước mặt, điều khiển tay lái chính xác và giữ đúng hướng xe. Tuy nhiên vì tìm cách nhặt bản đồ bị rơi xuống sàn xe, trong lúc đang lái xe với vận tốc 50 cây số một giờ, bị cáo đã không quan sát thận trọng phía trước mặt và đã buông tay lái một lúc, như vậy bị cáo đã vi phạm trách nhiệm phải cẩn thận khi lái xe. Hậu quả là xe của bị cáo đã chệch sang luồng đối diện và đâm vào sườn bên phải của chiếc xe tải lớn đi ngược chiều do tài xế A đang điều khiển. Vì ảnh hưởng của cú va chạm mạnh đó xe của bị cáo tiếp tục chạy về phía trước rồi đâm vào bên phải phía trước của chiếc xe chở hàng khác do tài xế B (lúc đó 55 tuổi) đang lái chạy phía sau xe

行してきたＢ（当時５５歳）運転の普通貨物自動車の右前
部に衝突した。その結果，Ｂに加療約２００日間を要する
右股関節脱臼骨折の傷害を負わせたものである。」

(8)　傷害罪の例

「被告人は，平成○○年９月２日午後１時５分ころ，横
浜市港南区日野南３丁目６番１７号先路上で，通行中のＡ
（当時６２歳）に「おまえ，どこを歩いとるんじゃ。」な
どと因縁をつけ，こぶしでその顔を２回殴って転倒させ，
その上に馬乗りになって更にその顔をこぶしで数回殴った。
この暴行により，Ａに約５日間の加療を要する右肘部挫滅
傷，顔面挫滅傷の傷害を負わせたものである。」

(9)　詐欺罪の例

「被告人は，不正に入手した平和カード株式会社発行の
Ａ名義のクレジットカードを使用してその加盟店から商品
をだまし取ろうと企て，平成○○年４月５日午前１１時１
５分ころ，東京都中央区中村町３番先中村ショッピングセ
ンター１階株式会社中村銀座店において，同店店長Ｂに対
し，代金支払の意思及び能力がないのに，自己がクレジッ
トカードの正当な使用権限を有するＡであって，クレジッ
トカードシステムによって代金の支払をするもののように
装い，前記クレジットカードを提示してスーツ等３点の購
入を申し込み，前記Ｂをしてその旨誤信させ，よって即時
同所において，同人からスーツ等３点（価格合計７万３７
００円相当）の交付を受けてこれをだまし取ったものであ
る。」

tài xế A. Hậu quả là bị cáo đã gây ra thương tích, làm trẹo và dập xương hông bên phải của nạn nhân B khiến nạn nhân cần phải điều trị trong khoảng 200 ngày.

(8) Gây thương tích

Vào hồi 1 giờ 5 phút chiều ngày 2 tháng 9 năm....., trên đoạn đường ở địa chỉ 3-16-7 Hino Minami, quận Konan thành phố Yokohama, bị cáo đã tìm cớ gây sự với nạn nhân A (khi đó 62 tuổi) tình cờ đi ngang qua đó với lời lẽ như sau "Nè, lão già, đi đứng thế nào vậy", rồi đấm vào mặt nạn nhân hai lần và làm nạn nhân ngã. Tiếp theo, bị cáo còn ngồi lên người và đấm vào mặt nạn nhân nhiều lần nữa. Hậu quả của hành động trên đã làm khuỷu tay phải và mặt nạn nhân bị bầm phải mất 5 ngày điều trị.

(9) Lường gạt

Sau khi đã lấy bất hợp pháp thẻ tín dụng do công ty Heiwa Card cấp cho người có tên A, bị cáo đã dùng chiếc thẻ này để âm mưu mua hàng tại một trong những cửa hàng có thể thanh toán bằng thẻ tín dụng đó. Vào hồi 11 giờ 15 sáng ngày 5 tháng 4 năm........, tại cửa hàng Ginza của công ty Nakamura nằm ở tầng một trung tâm bán hàng Nakamura, địa chỉ 3 Nakamura-cho, quận Chuo thành phố Tokyo, dù không có năng lực và ý chí trả tiền, bị cáo đã mạo danh người có tên A, là người có quyền sử dụng thẻ tín dụng đó, và sẽ trả tiền thông qua hệ thống thẻ tín dụng. Bị cáo đã đưa thẻ tín dụng nói trên cho ông B, quản lý cửa hàng để mua 3 món hàng, trong đó có một bộ vest. Bị cáo đã nhận từ ông B các món hàng nói trên (tổng trị giá khoảng 73.700 yen) vì ông B tin rằng bị cáo chính là người mang tên A. Như vậy, tại địa điểm và ngày giờ nói trên bị cáo đã phạm tội lường gạt số hàng hóa nói trên.

(10)　殺人罪の例（確定的故意の場合）

　　「被告人は，Ａ（当時６２歳）に雇われ，東京都江東区
　山中町５丁目２番４号所在の同人方に住み込んでいたもの
　であるが，被告人が通行人に罵声を浴びせたのを前記Ａか
　ら叱責されて口論のあげく激高し，とっさに，同人を殺害
　しようと決意し，平成○○年３月８日午後７時ころ，同人
　方６畳間の押し入れの中から刃体の長さ１３センチメート
　ルのくり小刀を持ち出して携え，同所において，左手で前
　記Ａの襟首をつかんで引き寄せながら，右手に持っていた
　前記くり小刀で同人の左胸部を突き刺し，同人がその場か
　ら逃げ出すや，追跡して同人方前路上でこれに追い付き，
　同所において，更に前記くり小刀で同人の左背部を突き刺
　し，よって，同人をして心臓刺切に基づく失血により即死
　させて殺害したものである。」

(11)　殺人罪の例（未必的故意の場合）

　　「被告人は，かねて，東京都千代田区山中２丁目８番９
　号所在のスナック「隼」の店員Ａ（当時３０歳）から軽蔑
　の目でみられていることに憤まんの情を抱いていたところ，
　平成○○年８月７日午後１時３０分ころ，前記「隼」にお
　いて，客として，前記Ａにビールを注文したにもかかわら
　ず，同人から「今日は帰れ。」と断られた上，刺身包丁を
　示され，「刺すなら刺してみろ。」と言われ，小心者と馬
　鹿にされたものと激高し酒の酔いも加わった勢いから，と
　っさに，同人が死亡する危険性が高い行為と分かっていな
　がら，持ち合わせていた登山用ナイフ（刃体の長さ１０セ

(10) Giết người (cố sát)

Bị cáo là người được nạn nhân A thuê và được cho ở nhờ nhà A (lúc đó 62 tuổi), địa chỉ ở số 5-2-4 Yamanaka-cho quận Koto thành phố Tokyo. Bị cáo đã cãi nhau với A vì bị A trách mắng khi bị cáo chửi mắng người qua đường. Sau đó, bị cáo tức giận và quyết ý giết chết A. Vào hồi 7 giờ tối ngày 8 tháng 3 năm........ tại căn phòng 6 chiếu của nhà A, bị cáo đã rút con dao có độ dài 13cm từ trong tủ ra, cầm dao bằng tay phải, còn tay trái nắm cổ áo A và đâm vào phía trên ngực trái. Khi A định chạy trốn, bị cáo đã đuổi theo túm được A trên đường phía trước cửa nhà của A. Bị cáo tiếp tục đâm A, lần này vào phía trên ngực trái từ phía sau. Hậu quả là A đã bị chết ngay vì mất quá nhiều máu do vết dao đâm vào tim. Như vậy bị cáo đã cố ý giết A.

(11) Giết người (có ý thức nhưng không tự kiềm chế được)

Bị cáo vốn mang sẵn trong mình sự uất ức đối với nạn nhân A (lúc xảy ra vụ án 30 tuổi), nhân viên một quán rượu tên Hayabusa, nằm tại số 2-8-9 Yamanaka, quận Chiyoda, thành phố Tokyo bởi bị nạn nhân A coi thường. Vào lúc 1.30 chiều ngày 7 tháng 8 năm........, bị cáo đến quán rượu Hayabusa với tư cách là khách hàng và gọi một chai bia, nhưng A đã từ chối và nói: "Hôm nay mày hãy về đi". Sau đó A gí con dao làm cá sống trước mặt và nói: "Có giỏi đâm thử xem" khiến bị cáo tức giận vì bị coi là nhát gan và bị làm nhục, và lại đang say rượu, mặc dù biết đó là một hành động rất nguy hiểm, nhưng vẫn dùng con dao để leo núi của mình (lưỡi dao dài 10cm) đâm một nhát vào bên phải bụng của A. Hậu quả vì mất máu quá nhiều

ンチメートル）で，同人の右下腹部を１回突き刺し，よっ
て同月８日午前２時５分ころ，同区北川５丁目８番８号田
中病院において同人を右臀等刺切による失血のため死亡さ
せ，もって，同人を殺害したものである。」

(12)　銃砲刀剣類所持等取締法違反罪の例

　　「被告人は，法定の除外事由がないのに，平成○○年６
月７日午後７時ころ，横浜市田中町１丁目２番３号付近路
上に停車していた自己所有の普通乗用自動車内において，
回転弾倉式けん銃１丁をこれに適合する実砲１９発と共に
保管して所持したものである。」

(13)　出入国管理及び難民認定法違反罪の例

　　「被告人は，○○国国籍を有する外国人であり，平成○
○年３月１０日，同国政府発行の旅券を所持して，千葉県
成田市所在の成田国際空港に上陸し，我が国に入国したが，
在留期間が平成○○年４月１０日までであったのに，その
日までに在留期間の更新又は変更を受けないで我が国から
出国せず，平成○○年５月１１日まで，神奈川県大和市大
和町２丁目１４９番地に居住し，もって，在留期間を経過
して不法に本邦に残留したものである。」

(14)　窃盗罪（万引）の例

　　「被告人両名は，共謀の上，平成○○年３月４日午後零
時４５分ころ，東京都豊島区北山町１番２号株式会社北山
池袋店において，同店店長Ａ管理のシャープペンシル３８
本など合計８４点（定価合計３万０８５０円相当）を窃取
したものである。」

do vết thương đâm vào thận trái, A bị chết vào lúc 2 giờ 5 phút sáng ngày 8 tháng 8 năm....... tại bệnh viện Tanaka địa chỉ 5-8-8 Kitagawa, quận Chiyoda thành phố Tokyo. Như vậy bị cáo đã phạm tội cố sát A.

(12) Vi phạm luật kiểm soát mang theo súng ống, gươm dao v.v...

Vào lúc 7 giờ tối ngày 7 tháng 6 năm......., mặc dù không có lý do ngoại lệ do luật pháp qui định, đã phát hiện ra bị cáo đã giữ một khẩu súng quay cùng 19 viên đạn thật của khẩu súng quay nói trên để bên trong chiếc xe hơi của bị cáo đậu trên đường gần khu vực 1-2-3 Tanaka-cho, thành phố Yokohama.

(13) Vi phạm luật quản lý xuất nhập cảnh và công nhận người tị nạn

Bị cáo là người ngoại quốc có quốc tịch..........., mang theo hộ chiếu do nước đó cấp vào Nhật Bản ngày 10 tháng 3 năm........đến sân bay quốc tế Narita, thành phố Narita, tỉnh Chiba. Thời gian được phép lưu lại ở Nhật đến ngày 10 tháng 4 năm ...., nhưng bị cáo đã không rời Nhật vào đúng thời hạn qui định, mà còn ở lại Nhật cho đến ngày 11 tháng 5 năm .... tại địa chỉ 2-149 Yamato-cho thành phố Yamato tỉnh Kanagawa mà không hề gia hạn thời hạn lưu trú. Như vậy bị cáo đã lưu trú quá hạn bất hợp pháp tại Nhật Bản.

(14) Tội lấy cắp (lấy cắp trong cửa hàng)

Hai bị cáo đã bàn tính với nhau, vào hồi 12 giờ 45 chiều ngày 4 tháng 3 năm........., lấy cắp 84 món hàng tại chi nhánh Ikebukuro của cửa hàng Kitayama ở 1-12 Kitayama-cho quận Toshima, thành phố Tokyo. Quản lý cửa hàng này là ông A. Tổng trị giá của 84 món hàng bị lấy cắp là 30.850 yen, trong số này có 38 bút máy chì.

(15) 窃盗罪（すり）の例

「被告人両名は，共謀の上，平成○○年３月４日午後４時５４分ころ，東京都台東区山下町１番２号付近路上で，被告人Ｘにおいて，通行中のＡ（当時３０歳）が右肩に掛けていたショルダーバッグ内から，同人所有の現金４万３７５９円及びキャッシュカード等６点在中の札入れ１個（時価約１万円相当）を抜き取って，これを窃取したものである。」

(16) 教唆の例（窃盗）

「被告人は，平成○○年３月４日午後２時ころ，東京都千代田区北山町３番６号Ａ方前路上において，Ｘに対し，「明日はこの家は留守になる。裏の戸はいつも開いているから，何か金目のものを取ってこい。」と申し向けて前記Ａ方から金品を窃取するようにそそのかし，Ｘをしてその旨決意させ，よって，同月５日午後３時ころ，前記Ａ方において，同人所有の腕時計１個（時価２０万円相当）を窃取するに至らせ，もって，窃盗の教唆をしたものである。」

(17) 幇助の例（窃盗）

「被告人は，Ｘが，平成○○年３月４日午後３時ころ，東京都千代田区北山町３番６号Ａ方において腕時計１個（時価２０万円相当）を窃取するに際し，Ａ方前路上でＸのため，見張りをし，もって，同人の犯行を容易ならしめてこれを幇助したものである。」

2 証拠の標目

判示第１の事実について

(15) Tội lấy cắp (móc túi)

Hai bị cáo đã bàn tính với nhau, vào hồi 4 giờ 54 chiều ngày 4 tháng 3 năm........., trên đường phố trong khu vực 1-2 Yamashita-cho quận Taito thành phố Tokyo, bị cáo X đã lấy từ túi xách mà nạn nhân A đeo vai bên phải một chiếc ví (trị giá 10.000 yen) trong đó đựng 43.759 tiền mặt và 6 thứ khác bao gồm 1 thẻ rút tiền ngân hàng của nạn nhân A (vào thời điểm xảy ra vụ án là 30 tuổi) là một người tình cờ đi ngang đó.

(16) Tội xúi giục lấy cắp

Vào hồi 2 giờ chiều ngày 4 tháng 3 năm........., tại đường phố phía trước cửa nhà của nạn nhân A nằm tại số 3-6 Kitayama-cho, quận Chiyoda thành phố Tokyo, bị cáo đã xúi giục X lấy cắp tiền và tài sản của A bằng cách nói với X rằng: "Ngày mai cả nhà này sẽ đi vắng, cửa sau lúc nào cũng mở. Vào mà lấy những đồ có giá trị". Sau khi được biết vậy, X quyết định lấy cắp. Và X đã lấy một chiếc đồng hồ đeo tay (trị giá 200.000 yen) của A tại nhà A vào hồi 3 giờ chiều ngày 5 tháng 3 năm....... Như vậy bị cáo đã phạm tội xúi giục lấy cắp.

(17) Tiếp tay cho hành động lấy cắp

Khi X lấy cắp chiếc đồng hồ đeo tay (trị giá 200.000 yen) từ nhà của nạn nhân A ở số 3-6 Kitayama-cho, quận Chiyoda thành phố Tokyo, vào hồi 3 giờ chiều ngày 4 tháng 3 năm......, thì bị cáo đã canh chừng cho X trên đường phía trước nhà của A. Như vậy bị cáo đã phạm tội tiếp tay cho X thực hiện việc lấy cắp.

2. Danh sách chứng cứ

Về hành vi thứ nhất

- 被告人の当公判廷における供述
- 被告人の検察官に対する平成○○年２月１５日付け供述調書
- 証人Ａの当公判廷における供述
- Ｂの検察官に対する供述調書
- Ｃの司法警察員に対する供述調書（謄本）
- Ｄ作成の被害届
- 司法警察員作成の実況見分調書
- 司法巡査作成の平成○○年１月２２日付け捜査報告書
- 鑑定人Ｅ作成の鑑定書
- 押収してある覚せい剤１袋（平成○○年押第○○号の１）
- ○○地方検察庁で保管中のけん銃１丁（平成○○年○地領第○○号の１）
- 分離前の相被告人Ｙの当公判廷における供述
- 第３回公判調書中の証人Ａの供述部分
- 証人Ｃに対する当裁判所の尋問調書
- 証人Ｄに対する受命裁判官の尋問調書
- 当裁判所の検証調書
- 医師Ｆ作成の診断書

3　累犯前科

　「被告人は，平成○○年３月２６日○○簡易裁判所で窃盗罪により懲役８月に処せられ，平成○○年１１月２６日その刑の執行を受け終わったものであって，この事実は検察事務官作成の前科調書によってこれを認める。」

- Lời khai của bị cáo trước tòa này
- Biên bản lời khai của bị cáo đề ngày 15 tháng 2 năm...... trước các kiểm sát viên
- Lời chứng của nhân chứng A trước tòa này
- Biên bản lời khai của B trước các kiểm sát viên
- Biên bản lời khai của C trước nhân viên cảnh sát tư pháp (bản sao)
- Đơn thưa thiệt hại do D thực hiện
- Bản báo cáo tình trạng hiện trường do nhân viên cảnh sát tư pháp thực hiện
- Bản báo cáo điều tra đề ngày 22 tháng 1 năm....... do cảnh sát tuần tra tư pháp thực hiện
- Bản giám định do chuyên gia giám định E thực hiện
- 1 túi đựng chất kích thích do tòa tạm giữ (vật thu giữ số ◯◯ -1 năm..........)
- 1 khẩu súng ngắn (vật thu giữ số ◯◯ -1 năm..........) do văn phòng Viện kiểm sát đang giữ
- Lời khai của đồng phạm Y tại tòa này trước khi chuyển sang xét xử riêng rẽ
- Một phần lời chứng của nhân chứng A, ghi lại trong biên bản của phiên xét xử thứ 3
- Biên bản chất vấn đối với nhân chứng C trước tòa này
- Biên bản chất vấn đối với nhân chứng D của thẩm phán thụ mệnh (thẩm phán nhận mệnh lệnh từ chánh án)
- Bản kiểm chứng bắt buộc do tòa thực hiện
- Biên bản kiểm tra y tế do bác sĩ F thực hiện

3. **Tiền án tích lũy**

Tòa thừa nhận rằng: theo biên bản tiền án do kiểm sát viên thực hiện thì bị cáo đã bị tòa tiểu hình...... kết án 8 tháng tù giam phải lao động vì tội trộm cắp vào ngày 26 tháng 3 năm...... và đã mãn hạn tù vào ngày 26 tháng 11 năm......

4 確定判決

　「被告人は，平成○○年３月１０日○○地方裁判所で傷害罪により懲役１年に処せられ，その裁判は同月２５日確定したものであって，この事実は検察事務官作成の前科調書によってこれを認める。」

5 法令の適用

　「被告人の判示所為は刑法１９９条に該当するところ，所定刑中有期懲役刑を選択し，その刑期の範囲内で被告人を懲役８年に処し，同法２１条を適用して未決勾留日数中１２０日をその刑に算入し，押収してある刺身包丁１本（平成○○年押第○○号の１）は判示犯行の用に供した物で被告人以外の者に属しないから，同法１９条１項２号，２項本文を適用してこれを没収し，訴訟費用は，刑事訴訟法１８１条１項ただし書を適用して被告人に負担させないこととする。」

6 量刑の理由

　出入国管理及び難民認定法違反の例

・　本件は，Ｙ国国民である被告人が，定められた在留期間を越えて不法に我が国に残留したという事案である。

・　被告人が我が国に不法に残留した期間が２年余りの長期であることなどに照らすと，被告人の刑事責任は重い。

・　他方で，被告人は，本件犯行について反省の態度を示し，今後は，本国に帰って，まじめな生活を送りながら，立ち直っていくことを誓っていること，被告人と生活を共にしていた婚約者が，被告人の本国で被告人と結婚して共に生活する気持ちでおり，被告人に対する寛大な処

4. **Án chung thẩm**

    Tòa thừa nhận rằng: theo biên bản tiền án do kiểm sát viên thực hiện thì bị cáo đã bị tòa sơ thẩm.... tuyên án 1 năm tù giam phải lao động vì tội gây thương tích cho người khác vào ngày 10 tháng 3 năm......, và án này đã thành án chung thẩm ngày 25 tháng 3 năm.....

5. **Sự áp dụng luật lệ**

    Hành vi bị cáo mà phiên tòa này xác định được qui định trong điều khoản 199 của luật hình sự. Sau khi lựa chọn hình thức tuyên án tù giam phải lao động có thời hạn trong số những hình thức tuyên án, tòa tuyên án bị cáo 8 năm tù giam phải lao động theo thời gian điều khoản này qui định. Áp dụng điều lệ 21 của luật hình sự, 120 ngày trong số những ngày bị cáo bị tạm giam và trong thời gian phiên tòa xét xử sẽ được trừ vào số ngày bị tuyên án. Con dao làm cá sống đang do tòa giữ (vật thu giữ số ◯◯ -1 năm........) mà bị cáo đã dùng để đâm nạn nhân là vật sở hữu của bị cáo chứ không phải là ai khác, sẽ bị tịch thu chiếu theo điều lệ 19 mục 1 số 2 và điều khoản chính (điều 2) của điều lệ này thuộc luật hình sự. Bị cáo được miễn chi trả án phí theo điều khoản có điều kiện của điều lệ 181 (1) của luật hình sự.

6. **Cơ sở tuyên án**

    Ví dụ về việc vi phạm luật xuất nhập cảnh và công nhận người tị nạn

    - Đây là vụ án mà bị cáo là công dân của nước........ đã lưu trú bất hợp pháp tại Nhật Bản quá thời gian cho phép.

    - Số thời gian lưu trú bất hợp pháp của bị cáo tại Nhật Bản quá thời hạn cho phép là trên 2 năm nên trách nhiệm hình sự của bị cáo rất nặng.

    - Mặt khác, việc bị cáo đã bày tỏ sự ân hận về việc phạm tội này và đã hứa sau khi trở về nước sẽ cố gắng làm việc, tự sửa đổi mình. Vị hôn thê (hôn phu) của bị cáo hiện đang sống chung đã có quyết tâm

罰を訴えていることなど，被告人にとって酌むべき事情もある。

・　そこで，これらの事情を総合して主文のとおり刑を量定した。

第6章　控訴審における判決理由

1　理由の冒頭部分

本件控訴の趣意は，弁護人甲作成名義〈検察官乙提出〉の控訴趣意書記載のとおりであり，これに対する答弁は，検察官乙作成名義〈弁護人甲作成名義〉の答弁書記載のとおりであるから，これらを引用する。

控訴趣意中量刑不当〈事実誤認，訴訟手続の法令違反，理由不備〉の主張（論旨）について

2　理由の本論部分

(1)　控訴棄却

所論は，要するに，被告人には，本件輸入に係る物品が覚せい剤であるとの認識がなかったのであるから，被告人にその認識があったとして覚せい剤輸入の罪の成立を認めた原判決には，判決に影響を及ぼすことが明らかな事実の誤認があるというのである。しかし，原判決挙示の各証拠によると，被告人は，本件に至るまで，貨物船○○の船員として約２０回日本国と○○国との間を往復している者である上，○○国において船員としての教育を受けるに当たり，覚せい罪等の密輸が禁止されていることや関税関係法規等についての知識を得ていることが認められるから，覚せい剤が概ねどのような物品であるかを承知していたと推

lập gia đình với bị cáo tại đất nước của bị cáo và mong được tòa khoan hồng cho tội trạng này.

- Suy xét tổng hợp những tình huống trên, tòa quyết định mức án như đã tuyên bố trong văn bản chính thức.

Chương 6. Những cơ sở cho việc tuyên án tại tòa thượng thẩm

1. Phần mở đầu

Điểm kháng án đã được ghi như trong bản công bố lý do kháng án do luật sư A thực hiện (kiểm sát viên B đệ trình). Đối với bản công bố lý do kháng án (của luật sư A) kiểm sát viên đã trả lời như được ghi trong bản công bố trả lời do kiểm sát viên B thực hiện. Vì thế, tòa sẽ trích dẫn những tài liệu này.

Về những chủ trương của (điểm tranh luận chính) việc tuyên án không đúng mức (những sai phạm trong khi điều tra sự thật/việc vi phạm luật pháp và thông tư trong quá trình xét xử/những cơ sở chưa đầy đủ).

2. Phần chính

(1) Bác bỏ đơn kháng án

Cốt lõi của bản công bố lý do kháng án như sau: bị cáo không biết là món hàng mang vào Nhật Bản là chất kích thích. Nhưng theo nguyên án thì bị cáo đã biết vật mang theo vào Nhật Bản trong trường hợp này là thuốc kích thích. Vì thế tòa đã có sai lầm trong việc làm sáng tỏ sự thật và như vậy đã ảnh hưởng đến quyết định của tòa. Tuy nhiên trong danh sách các chứng cứ của nguyên án, thì tòa thấy rằng bị cáo là thủy thủ trên tàu chở hàng......, đã từng đi từ nước..... đến Nhật Bản khoảng 20 lần, trong thời gian được đào tạo làm thủy thủ tại bản quốc bị cáo đã được hướng dẫn về việc nghiêm cấm buôn bán các loại chất kích thích cũng như những kiến thức khác về các luật liên quan đến hải quan. Vì thế, bị cáo phải biết đâu

認されるところである。そして，このことを前提として，甲から本件物品の運搬を依頼された際の物品の運搬ないし引渡しの方法についての指示内容が極めて密行性を帯びたものであったこと，被告人は本件物品がビニール製5袋に分けられた白色の結晶状を呈した物質であることを確認していること，搬入の手段，方法が覚せい剤等を持ち込む際によく行われる典型的な隠匿運搬方法を採っていること，その他本件発覚前後の証拠隠滅工作，被告人の捜査官に対する供述の内容等記録によって認められる諸事情をも考え合わせると，本件物品が覚せい剤であるとは知らなかったという被告人の弁解は到底信用できるものではなく，本件輸入の際，被告人は本件物品が覚せい剤であるとの認識を有していたと認めるのが相当である。

したがって，原判決がその挙示する各証拠を総合して原判示事実を認定したことは相当であり，原判決に事実誤認はないから，論旨は理由がない。

(2) 破棄自判

所論は，要するに，被告人を禁錮1年6月に処した原判決の量刑は重すぎて不当であるというのである。

記録によれば，本件事故は，被告人が前車の発進に気を許し左方の安全を確認することなく発進進行した過失により，折から横断歩道上を自転車に乗って進行していた被害者に自車を衝突転倒させ死亡させたというものであって，過失及び結果の重大性にかんがみると，所論指摘の被告人に有利な事情を十分考慮しても，原判決の量刑は，その宣

là loại chất kích thích. Dựa trên những lập luận này thì việc bị cáo giải thích rằng không biết vật mang theo người là chất kích thích thì không xác đáng vì những lý do sau đây: Thứ nhất, vào thời điểm mà người mang tên A nhờ bị cáo cầm theo chất đó, đã chỉ dẫn bị cáo cách vận chuyển và giao hàng, điều này cho thấy đây là chất phải dấu giếm. Thứ hai bị cáo đã xác nhận vật mang theo là một loại bột tinh thể trắng được chia thành 5 túi ni lông. Thứ ba là cách thức vật này được mang đến Nhật Bản là phương thức thường hay gặp trong việc vận chuyển các loại thuốc kích thích và các loại thuốc cấm khác. Ngoài ra là những yếu tố khác như khi trong biên bản là bị cáo đã tìm cách hủy chứng cớ trước và sau khi vụ này bị phát hiện và những lời khai của bị cáo trước những nhân viên điều tra. Vì vậy có thể nói rằng vào thời điểm mang vật này vào Nhật Bản, bị cáo đã biết đây là chất kích thích.

Tòa thấy rằng những phán quyết trong nguyên án là thích hợp dựa vào những chứng cớ có được, và như vậy không phải là mắc sai lầm trong khi điều tra thực tế, cho nên không có lý do gì để kháng án.

(2) Bác bỏ nguyên án và ra phán quyết mới

Điểm cốt lõi được ghi trong bản kháng án tóm tắt là theo nguyên án thì thời hạn 1 năm và 6 tháng tù giam phải lao động là không đúng mức vì quá nặng.

Theo hồ sơ thì tai nạn trong vụ án này như sau: vì bị cáo đã không cẩn thận xác nhận an toàn bên phía tay trái mà cứ cho xe chạy đi theo hướng trước, nên đã tông vào một người đi xe đạp trong phần đường dành riêng cho người đi bộ làm người đó ngã xuống và bị chết. Tính đến mức độ nghiêm trọng về việc bất cẩn cũng như hậu quả của tai nạn, cũng như tính ngay đến cả hoàn cảnh thuận lợi cho

告時においては相当であったと認めることができる。

　しかし，当審事実取調べの結果によれば，原判決後，被害者の遺族との間に，さらに任意保険等から・・・・合計２０００万円を支払うことで示談が成立していること，示談の成立に伴い被害感情は一層和らぎ，被害者の遺族から寛大な処分を望む旨の上申がなされるに至っていることなどの事情が認められ，これによれば，原判決の量刑は，現時点においては刑の執行を猶予しなかった点において重きに失し，これを破棄しなければ明らかに正義に反するといわなければならない。

3　法令の適用部分

(1)　控訴棄却

　よって，刑訴法３９６条により本件控訴を棄却し，刑法２１条により当審における未決勾留日数中５０日を原判決の刑に算入し，当審における訴訟費用は刑訴法１８１条１項本文を適用して被告人に負担させることとし，主文のとおり判決する。

(2)　破棄自判

　よって，刑訴法３９７条２項により原判決を破棄し，同法４００条ただし書により更に次のとおり判決する。

　原判決が認定した罪となるべき事実に原判決と同一の法令を適用（科刑上一罪の処理，刑種の選択を含む。）し，その刑期の範囲内で被告人を懲役２年１０月に処し，刑法２１条により原審における未決勾留日数中５０日をその刑に算入し，原審及び当審における訴訟費用は刑訴法１８１

bị cáo thì nguyên án được phán quyết vào thời điểm đó là đúng mức. Tuy nhiên, dựa trên kết quả kiểm nghiệm thực tế, tòa thấy rằng sau khi nguyên án được công bố, đã có sự giải quyết giữa gia đình nạn nhân và bị cáo, phía công ty bảo hiểm nhiệm ý...... đã trả cho gia đình nạn nhân tổng số 20.000.000 (20 triệu) yen và tinh thần của gia đình nạn nhân cũng đã tạm ổn định qua việc dàn xếp này và đã viết đơn lên tòa xin khoan hồng cho bị cáo. Trước những hoàn cảnh như vậy, tòa thấy rằng vào thời điểm này thì bản án trước quá nặng ở điểm nguyên án không cho phép bị cáo được hưởng án treo. Vì thế nếu tòa này không ra lệnh sửa đổi thì rõ ràng là không công bằng.

3. Việc áp dụng thích ứng các luật và thông tư

(1) Bác bỏ đơn kháng án

Chiếu theo điều lệ 396 của luật hình sự, đơn kháng án này bị bác bỏ. Chiếu theo điều lệ 21 của luật hình sự thì 50 ngày trong tổng số ngày bị tạm giam trong thời gian xét xử sẽ được trừ vào số ngày bị tù giam theo nguyên án. Áp dụng điều khoản chính của điều lệ 181 (1) của luật tố tụng hình sự, bị cáo phải trả các khoản án phí, như đã ghi trong văn bản tuyên án chính thức.

(2) Bác bỏ nguyên án và ra phán quyết mới

Nay, chiếu theo điều lệ 397 (2) của luật tố tụng hình sự và theo điều khoản có điều kiện của điều lệ 400 trong luật này, tòa bác bỏ nguyên án và tuyên án như sau:

Tòa áp dụng những luật và thông tư như trong nguyên án đối với những hành vi cấu thành tội phạm như trong nguyên án (bao gồm việc áp dụng coi một loạt tội phạm là một để tuyên án và cách lựa chọn hình phạt) và trong phạm vi phạt giam, tòa tuyên án bị cáo 2 năm 10 tháng tù giam phải lao động. Chiếu theo điều lệ 21 của luật

条1項ただし書を適用して被告人に負担させないこととし，主文のとおり判決する。

(3) 破棄差戻し

　　よって，刑訴法３９７条１項，３７７条３号により原判決を破棄し，同法４００条本文により本件を原裁判所である〇〇簡易裁判所に差し戻すこととし，主文のとおり判決する。

hình sự, 50 ngày trong tổng số ngày bị tạm giam và trong thời gian xét xử trong phiên tòa sơ thẩm sẽ được trừ vào thời gian thi hành án. Áp dụng điều khoản có điều kiện của điều lệ 181 (1) của luật tố tụng hình sự, bị cáo không phải trả án phí của phiên tòa sơ thẩm cũng như tại tòa phúc thẩm này. Vì thế, tòa đã tuyên án như đã công bố trong văn bản chính thức.

(3) Bác bỏ nguyên án và ra phán quyết mới

Nay, chiếu theo điều lệ 397 (1) và 377 (3) của luật tố tụng hình sự, tòa bác bỏ nguyên án theo điều kiện của điều lệ 400 trong luật này và ra phán quyết: trả vụ án này lại cho tòa tiểu hình, tức nơi xét xử vụ này. Phán quyết này được công bố như trong văn bản chính thức.

第4編

法律用語等の対訳

第4編　法律用語等の対訳
第1章　法律用語の対訳

【あ　行】

・相被告人	・đồng bị cáo
・あおる	・xúi giục, xách động
・アリバイ	・chứng cớ ngoại phạm
・アルコール中毒	・nghiện rượu nặng
・言い渡す	・phán quyết,/tuyên án
・異議	・phản đối
・異議の申立て	・đưa ý kiến phản biện, đưa ý kiến phản đối
・意見陳述	・trình bày ý kiến
・移送（被告事件の）	・di chuyển hồ sơ vụ án (của bị cáo) đến cơ quan có thẩm quyền khác giải quyết
・移送（被告人の）	・di chuyển bị cáo đến nơi tạm giam khác
・一事不再理	・lệnh cấm truy tố sau khi án đã được chung thẩm (theo điều luật 39, hiến pháp Nhật bản)
・遺伝	・di truyền
・居直り強盗	・hành động trộm cắp sau khi bị phát giác thì dùng vũ lực đe dọa
・違法収集証拠	・thu thập chứng cớ bất hợp pháp
・違法性	・tính bất hợp pháp
・違法性阻却事由	・lý do hợp pháp
・医療刑務所	・bệnh viện / trạm y tế dành cho tù nhân
・医療の終了	・kết thúc thời gian được chăm sóc y tế dành cho tù nhân
・因果関係	・quan hệ nhân qủa
・因果関係の中断	・chấm dứt quan hệ nhân qủa
・インターネット異性紹介事業	・dịch vụ giới thiệu người khác phái qua mạng

・引致	・áp giải kẻ bị tình nghi
・隠匿する	・dấu giếm, che dấu
・員面調書	・lời khai trước cảnh sát tư pháp
・うそ発見器	・máy phát hiện nói dối
・疑うに足りる相当な理由	・có đủ lý do để nghi ngờ
・写し	・bản sao chép lại
・うつ病	・bệnh trầm cảm
・営利の目的	・ý định kiếm lợi
・閲覧する	・đọc và kiểm tra
・えん罪	・buộc tội oan
・援用	・viện dẫn
・押印	・đóng dấu
・押収	・thu giữ,
・押収物	・vật bị thu giữ
・汚職	・tham nhũng
・おとり捜査	・điều tra do cảnh sát chìm, điều tra bằng cách cài người vào trong tổ chức phạm pháp
・恩赦	・ân xá

【か 行】

・戒護	・giữ trật tự an ninh trong tù
・改ざんする	・sửa đổi, làm giả chứng cớ
・開示	・cho xem bằng chứng
・改悛の情	・hối hận
・外傷性	・chấn thương bên ngòai, ngoại thương
・海上保安庁	・Cục An Tòan Hàng Hải
・海上保安留置施設	・cơ sở tạm giam thuộc Cục An Tòan Hàng Hải
・開廷	・khai mạc phiên tòa
・回答書	・bản phúc đáp, thư trả lời
・外務省	・Bộ Ngoại Giao

・科学警察研究所（科警研）	・Viện Nghiên Cứu Quốc Gia về Khoa Học Cảnh Sát
・覚せい剤	・thuốc kích thích
・覚せい剤中毒者	・người bị nghiền thuốc kích thích
・確定	・chung thẩm (bản án)
・確定判決	・án chung thẩm
・科刑上一罪	・gộp các tội thành một để tuyên án
・過失	・bất cẩn/ không chú ý
・過失犯	・phạm tội bất cẩn/ tội không chú ý
・過剰避難	・chạy trốn dù không có gì nguy hiểm đe dọa
・過剰防衛	・hành động tự vệ quá đáng
・加重	・thêm nặng tội, cộng thêm tội
・家庭裁判所（家裁）	・Tòa Án Gia Đình
・家庭裁判所調査官	・điều tra viên của Tòa Án Gia Đình
・可罰的違法性	・tính bất hợp pháp có thể bị trừng phạt
・仮釈放	・tạm phóng thích, tạm thả
・仮納付	・tạm trả tiền phạt
・仮放免	・tạm tha , tạm thả
・過料	・tiền phạt hành chính
・科料	・tiền phạt nhẹ hình sự
・簡易公判手続	・thủ tục xét xử ở tòa đơn giản
・簡易裁判所（簡裁）	・tòa đơn giản
・姦淫	・thông dâm
・管轄	・trong phạm vi/khu vực có thẩm quyền (xét xử)
・管轄違い	・không nằm trong khu vực có thẩm quyền (xét xử)
・間接事実	・nội dung gián tiếp
・間接証拠	・chứng cớ gián tiếp
・間接正犯	・thủ phạm gián tiếp
・監置	・bắt giam theo lệnh của tòa án người làm mất trật tự trong tòa

- 鑑定 ・ giám định
- 鑑定証人 ・ nhân chứng là chuyên gia giám định
- 鑑定嘱託書 ・ thư ủy thác để giám định
- （鑑定その他）医療的観察 ・ (giám định v.v…) quan sát y học
- 鑑定手続実施決定 ・ quyết định thực hiện thủ tục giám định
- 鑑定入院命令 ・ lệnh vào viện để giám định
- 鑑定人 ・ chuyên gia/giám định viên
- 鑑定留置 ・ bắt giam theo lệnh tòa án để giám định
- 観念的競合 ・ một hành vi phạm tội nhưng mang nhiều tội danh
- 還付 ・ trả lại vật bị tạm giữ
- 管理売春 ・ băng đảng xã hội đen quản lý/kinh doanh mại dâm
- 期間 ・ kỳ hạn
- 棄却する ・ bác bỏ
- 偽計 ・ kế hoạch dối trá
- 期日 ・ ngày tháng mở phiên tòa
- 期日間整理手続 ・ thủ tục chuẩn bị hồ sơ vụ án cho tới ngày tháng mở phiên tòa
- 期日間整理手続調書 ・ thủ tục làm biên bản chuẩn bị hồ sơ vụ án cho tới ngày tháng mở phiên tòa
- 既遂 ・ đã phạm tội
- 偽造 ・ giả mạo
- 起訴事実 ・ những hành vi bị khởi tố/buộc tội
- 起訴状 ・ trát khởi tố
- 起訴状の訂正 ・ đính chính trát khởi tố
- 起訴する ・ khởi tố
- 起訴猶予 ・ tạm hõan khởi tố
- 既判力 ・ hiệu lực của án chung thẩm trong việc cấm truy tố
- 忌避 ・ lọai bỏ
- 基本的人権 ・ nhân quyền cơ bản
- 欺罔する（欺く） ・ lừa đảo

・客体の錯誤	・nhầm lẫn đối tượng
・却下する	・bác bỏ
・求刑	・kêu án
・急迫の危険	・tình hình cực kỳ nguy hiểm, tình trạng nguy ngập
・急迫不正の侵害	・làm phương hại đến ai trái phép trong tình huống nguy ngập
・恐喝する	・đe dọa, tống tiền
・凶器	・hung khí
・教唆する	・xúi giục
・供述	・khai báo, lời khai
・供述拒否権	・quyền cự tuyệt không khai , từ chối không chịu khai
・供述書	・biên bản lời khai
・供述調書	・bản khai của bị can/bị cáo trước nhân viên điều tra
・供述の任意性	・tự nguyện khai mà không ai bắt buộc
・強制送還	・trục xuất
・強制捜査	・điều tra bắt buộc
・共同正犯	・đồng thủ phạm
・共同被告人	・đồng bị cáo
・共同暴行	・hành hung tập thể, đánh hội đồng
・脅迫する	・đe dọa
・共犯	・tòng phạm, đồng phạm
・共謀	・đồng mưu
・共謀共同正犯	・đồng thủ phạm và đồng chủ mưu
・業務上過失	・bất cẩn trong công việc
・業務上の注意義務	・nghĩa vụ phải cẩn thận trong công việc
・挙証責任	・trách nhiệm xác minh
・緊急逮捕	・bắt khẩn cấp, bắt không cần trát tòa
・緊急避難	・tránh nạn khẩn cấp khi thấy có nguy hiểm
・禁錮	・tù giam (có lao động cưỡng bức)

・禁制品	・hàng cấm
・区	・quận
・区検察庁（区検）	・viện kiểm sát quận
・区分審理	・phân chia ra để xét xử
・刑期	・thời gian chịu án
・警告	・cảnh cáo
・警察署	・ty cảnh sát
・警察庁	・Tổng cục cảnh sát quốc gia
・警察庁次長	・phó tổng cục trưởng tổng cục cảnh sát quốc gia
・警察庁長官	・Tổng cục trưởng tổng cục cảnh sát quốc gia
・警視	・cảnh sát
・警視監	・phó tổng giám đốc sở cảnh sát Tokyo, có vị trí thứ 2 trong ngành cảnh sát địa phương Tokyo
・刑事施設	・nhà tù, trại tạm giam , viện giám sát thanh thiếu niên phạm phápv.v..
・刑事収容施設	・nơi giam giữ tù hình sự
・刑事処分	・xử lý hình sự
・警視正	・phó cảnh sát trưởng sở cảnh sát Tokyo , có vị trí thứ 4 trong ngành cảnh sát địa phương Tokyo
・刑事責任	・trách nhiệm hình sự
・警視総監	・Tổng giám đốc Sở cảnh sát Tokyo, vị trí đứng đầu trong ngành cảnh sát địa phương Tokyo
・刑事第 1 部	・Ban hình sự 1
・警視庁	・Sở cảnh sát Tokyo
・警視長	・cảnh sát trưởng sở cảnh sát Tokyo, có vị trí thứ 3 trong ngành cảnh sát địa phương Tokyo
・刑事未成年者	・trẻ vị thanh niên theo luật hình sự
・刑の量定に影響を及ぼす情状	・những yếu tố ảnh hưởng đến việc phán quyết

・刑罰	・hình phạt, mức độ phạt
・頚部	・cổ
・警部	・cảnh sát điều tra
・警部補	・phó cảnh sát điều tra
・刑務官	・quản giáo, nhân viên quản tù,/trại giam
・刑務所	・nhà tù, trại tù
・刑務所長	・giám đốc trại tù
・結果回避義務	・nghĩa vụ phải tránh sự nguy hiểm
・欠格事由	・lý do, nguyên nhân đưa đến việc thiếu tư cách (để làm gì đó)
・結果的加重犯	・dựa trên kết quả mà tội trạng của bị cáo nặng thêm
・結審する	・kết thúc việc xét xử tại tòa cho 1 vụ án
・決定	・quyết định
・県	・tỉnh
・原因において自由な行為	・hành vi vô ý thức của bị cáo là nguyên nhân phạm tội
・厳格な証明	・xác minh kỹ lưỡng
・県警察本部	・sở cảnh sát tỉnh
・現行犯	・phạm tội bị bắt qủa tang
・現行犯人逮捕手続書	・thủ tục làm biên bản bắt giữ tội phạm bị bắt qủa tang
・原裁判所	・nguyên tòa
・検察官	・kiểm sát viên
・検察官請求証拠	・chứng cớ kiểm sát viên yêu cầu tòa xem xét
・検察事務官	・thư ký của kiểm sát viên
・検察審査員	・người có quyền bầu cử được tòa án địa phương bốc thăm lựa chọn để thẩm tra vụ việc nào đó mà viện kiểm sát không khởi tố

・検察審査会	・hội đồng của 11 người có quyền bầu cử được tòa án địa phương bốc thăm lựa chọn để thẩm tra vụ việc nào đó mà viện kiểm sát không khởi tố
・検視	・xem xét hiện trường, khám nghiệm tử thi
・検事	・kiểm sát viên
・検事正	・giám đốc viện kiểm sát địa phương
・検事総長	・giám đốc viện kiểm sát tối cao
・検事長	・giám đốc viện kiểm sát cấp cao (dưới quyền viện kiểm sát tối cao, có quyền chỉ huy viện kiểm sát địa phương, viện kiểm sát quận)
・現住建造物	・nhà/công trình xây dựng có người ở
・検証	・thanh tra (bắt buộc)
・検証調書	・biên bản về nội dung thanh tra
・原審	・nguyên tòa
・原審弁護人	・luật sư bào chữa tại nguyên tòa
・限定責任能力	・trách nhiệm hình sự giới hạn
・原判決	・nội dung tuyên án nguyên thủy
・憲法違反	・vi hiến, vi phạm hiến pháp
・原本	・nguyên bản
・検面調書	・lời khai của bị can/bị cáo trước kiểm sát viên
・権利保釈	・quyền lợi để được đóng tiền hầu tra tại ngoại
・牽連犯	・tội phạm mang tính chất liên đới (có sự liên quan giữa thủ đoạn và kết quả. Ví dụ giả mạo giấy tờ và sử dụng giấy tờ đó)
・故意	・cố ý
・合意書面	・bản nhất trí về lời khai giữa kiểm sát viên và can phạm, giữa luật sư và kiểm sát viên
・勾引状	・trát gọi hầu tòa bắt buộc

・勾引する	・áp giải bị cáo đến nơi trình diện
・合議体	・hội đồng thẩm phán (tối thiểu gồm 3 người)
・公共職業安定所（職安）	・văn phòng giới thiệu và hỗ trợ tìm việc công cộng
・抗拒不能	・không thể kháng cự
・後見監督人	・người giám sát người bảo trợ (người bảo trợ là người có nhiệm vụ trông nom thanh thiếu niên không cha mẹ hay người không có năng lực quản lý tiền bạc. Chế độ đặt người giám sát người bảo trợ để tránh trường hợp người bảo trợ gây thiệt hại cho những người đang là đối tượng được bảo trợ)
・後見人	・người bảo trợ (có nhiệm vụ trông nom thanh thiếu niên không cha mẹ hay người không có năng quản lý tiền bạc)
・抗告	・kháng cáo
・抗告裁判所	・tòa án có thẩm quyền nhận đơn kháng cáo
・抗告の趣旨	・nội dung kháng cáo chủ yếu
・抗告の取下げ	・bỏ ý định kháng cáo
・公使	・công sứ
・強取する	・cướp, cướp đoạt
・公序良俗	・trật tự công cộng, thuần phong mỹ tục
・更新する	・gia hạn
・更生	・cải tạo
・更正決定	・quyết định cải chính (của tòa)
・構成裁判官	・thành phần thẩm phán tham dự xét xử
・構成要件	・những nội dung chủ yếu cấu thành (hành vi phạm tội v.v…)
・厚生労働省	・Bộ Lao Động Y Tế Phúc Lợi Xã Hội
・厚生労働大臣	・Bộ trưởng Bộ Lao Động Y Tế Phúc Lợi Xã Hội
・控訴	・kháng án, kháng cáo

・公訴	・kiểm sát viên khởi tố, truy tố
・公訴棄却	・bác bỏ khởi tố/truy tố
・控訴棄却	・bác bỏ đơn kháng án
・公訴権濫用	・lạm dụng quyền truy tố
・控訴裁判所	・tòa thượng thẩm
・公訴時効	・thời hiệu truy tố
・公訴事実	・những hành vi cấu thành tội phạm bị khởi tố/truy tố
・控訴趣意書	・bản lý do kháng án
・控訴審	・phiên tòa phúc thẩm xét xử nội dung kháng án
・公訴提起	・đệ đơn xin khởi tố/truy tố
・控訴提起期間	・thời hạn đệ đơn kháng án
・控訴申立書	・đơn kháng án
・控訴理由	・lý do kháng án
・拘置所	・trại tạm giam
・交通切符	・vé xe, vé tàu
・交通事件原票	・hồ sơ nguyên bản của cảnh sát về việc vi phạm giao thông
・交通反則金	・tiền nộp phạt vi phạm giao thông
・口頭	・nói miệng không viết thành văn bản
・高等検察庁（高検）	・Viện Kiểm Sát cấp cao (trên cấp viện kiểm sát địa phương)
・高等裁判所（高裁）	・tòa thượng thẩm
・高等裁判所長官	・chánh án tòa thượng thẩm
・口頭弁論	・nói lời biện luận không viết thành văn bản
・公判期日	・ngày tháng (của phiên tòa)
・公判準備	・việc chuẩn bị xét xử
・公判調書	・biên bản, hồ sơ xét xử tại tòa
・公判廷	・tòa án
・公判手続	・thủ tục quy trình xét xử tại tòa

・公判前整理手続	・thủ tục chuẩn bị hồ sơ xét xử giữa kiểm sát viên, luật sư, thẩm phán trước khi xét xử chính thức tại tòa
・公判前整理手続期日	・thời hạn làm thủ tục chuẩn bị hồ sơ xét xử giữa kiểm sát viên, luật sư, thẩm phán trước khi xét xử chính thức tại tòa
・公判前整理手続調書	・lập biên bản xúc tiến thủ tục chuẩn bị hồ sơ xét xử giữa kiểm sát viên, luật sư, thẩm phán trước khi xét xử chính thức tại tòa
・交付送達	・chuyển giao tận tay
・公文書	・hồ sơ công, văn bản chính thức
・公務員	・công chức
・拷問	・tra tấn
・公用文書	・văn thư, hồ sơ, giấy tờ do cơ quan có thẩm quyền phát hành như hộ chiếu, chứng minh nhân dân v.v..
・勾留	・tạm giam/câu lưu để tiếp tục điều tra
・拘留	・phạt giam, một hình thức trừng phạt, giam từ 1 ngày đến không quá 30 ngày rồi thả
・勾留執行停止	・tạm tha
・勾留状	・trát câu lưu, trát tạm giam
・勾留理由開示	・việc công bố lý do tạm giam
・コカイン	・co-ca-in, một loại ma túy
・呼気アルコール濃度	・nồng độ rượu trong hơi thở
・語気を荒げて	・giọng nói giận dữ
・国外犯	・phạm tội bên ngoài nước Nhật
・国際司法共助	・sự trợ giúp của luật pháp quốc tế
・国籍	・quốc tịch
・国選被害者参加弁護士	・luật sư nhà nước đăng ký tham gia biện hộ cho nạn nhân
・国選弁護人	・luật sư nhận thù lao của nhà nước để biện hộ cho người bị khởi tố nhưng không có tiền mướn luật sư

- 告訴
  - việc khởi tố do nạn nhân hay do người nhà nạn nhân đứng tên gởi cho cơ quan điều tra
- 告訴状
  - đơn thưa, đơn tố cáo
- 告知する
  - thông báo, nói cho biết trước tòa
- 告発
  - sự thưa kiện của người thứ ba không liên quan trực tiếp đến vụ án gởi đến cơ quan điều tra
- 告発状
  - đơn thưa của người thứ ba không liên quan trực tiếp đến vụ án gởi đến cơ quan điều tra
- 戸籍抄本
  - bản sao trích dẫn nội dung trong hộ tịch phần chỉ liên quan đến người đến xin hộ tịch
- 戸籍謄本
  - bản sao hộ tịch gia đình
- 護送
  - hộ tống
- 誤想防衛
  - tự vệ vì hiểu nhầm
- 国家公安委員会
  - Ủy ban an ninh công cộng quốc gia
- 誤判
  - phán quyết nhầm

【さ　行】

- 罪刑法定主義
  - nguyên tắc chỉ có luật pháp định tội và ra trừng phạt
- 裁決
  - quyết định hành chính
- 最高検察庁（最高検）
  - Viện kiểm sát tối cao
- 再抗告
  - tái kháng án, tái kháng cáo
- 最高裁判所（最高裁）
  - Tòa án tối cao
- 最高裁判所長官
  - Chánh án tòa án tối cao
- 最高裁判所判事
  - Thẩm phán tòa án tối cao
- 最終弁論
  - phần bào chữa trong phiên tòa xét xử cuối cùng trước khi tuyên án
- 罪証隠滅のおそれ
  - nguy cơ hủy hoặc giấu diếm các chứng cớ
- 罪状認否
  - sự nhận tội hay không nhận tội của bị can, bị cáo

・再審	・tái thẩm, xử lại
・再審開始決定	・quyết định tái thẩm
・再審事由	・lý do tái thẩm
・罪数	・số các tội (đã phạm phải)
・罪体	・chứng tích vi phạm
・在庁略式手続	・những thủ tục ngắn gọn giải quyết vụ án tại tòa đơn giản mà không cần đưa ra xét xử ở phiên tòa chính thức
・在廷証人	・nhân chứng tại phiên tòa
・再入国許可	・vi sa (thị thực) tái nhập cảnh
・採尿手続	・thủ tục lấy nước tiểu (để xét nghiệm)
・再犯	・tái phạm, pham tội lần thứ hai
・裁判	・xét xử
・裁判員	・bồi thẩm viên
・裁判員候補者	・người có tên trong danh sách bồi thẩm viên dự bị để tòa lựa chọn
・裁判員等選任手続	・thủ tục lựa chọn bồi thẩm viên
・再犯加重	・hình phạt tăng nặng vì hành vi tái phạm
・裁判官	・thẩm phán
・裁判官の面前における供述	・khai báo trước mặt thẩm phán
・裁判権	・quyền xét xử, quyền tài phán
・裁判所	・tòa án
・裁判所事務官	・nhân viên tòa án
・裁判所書記官	・thư ký tòa án
・裁判所速記官	・nhân viên tốc ký tòa án
・再反対尋問	・hỏi lại các câu hỏi phản biện
・裁判長	・chánh án
・裁判を受ける権利	・quyền được xin xét xử tại tòa
・財物	・tiền và đồ vật là đối tượng bị nhắm tới khi cướp, tống tiền, ăn cắp v.v…
・罪名	・tội danh
・在留期間の更新許可	・được phép gia hạn thời gian cư trú

・在留資格	・tư cách cư trú
・在留資格証明書	・giấy chứng minh tư cách cư trú
・裁量保釈	・bảo lãnh do tòa chỉ định để được tại ngoại trong thời gian xét xử
・錯誤	・nhầm lẫn
・酒酔い・酒気帯び鑑識カード	・biên bản về kết qủa kiểm tra tình trạng say rượu
・差押え	・tịch thu
・差押調書	・biên bản tịch thu
・差し戻す	・trả lại tòa dưới
・査証（ビザ）	・chiếu khán, thị thực nhập cảnh
・査証相互免除	・việc miễn chiếu khán (thị thực nhập cảnh giữa hai nước)
・参考人	・người được mời đến tòa làm nhân chứng để tòa tham khảo
・資格外活動許可	・giấy phép cho làm những việc ngoài nội dung quy định hạn chế trong tư cách tại trú
・自救行為	・hành động tự cứu mình
・死刑	・án tử hình
・事件受理	・thụ lý một vụ việc
・時効	・thời hiệu
・事後審	・xét xử hậu tòa (trong đó tòa thượng thẩm sẽ xem xét tuyên án của tòa phúc thẩm)
・自己に不利益な供述	・những lời khai có hại cho bản thân
・自己負罪拒否特権	・quyền đặc biệt cự tuyệt những gì dẫn đến sự quy tội cho bản thân
・自己矛盾の供述	・những lời khai mâu thuẫn
・事実誤認	・ngộ nhận sự việc
・事実審	・phiên tòa xét xử hành vi phạm tội của bị cáo, về những sự việc đã xảy ra
・事実の錯誤	・nhầm lẫn, hiểu nhầm một sự việc
・事実の取調べをする	・điều tra để kiểm chứng sự việc
・自首	・tự thú

- 事前準備
- 私選弁護人
- 刺創
- 死体検案書
- 辞退事由
- 示談書

- 示談する
- 次長検事

- 市町村
- 市町村長
- 失火
- 実況見分調書
- 実刑
- 失血死
- 執行
- 実行行為
- 執行停止
- 実行の着手

- 執行猶予
- 質問票
- 指定医療機関
- 指定侵入工具

- 指定通院医療機関

- 指定入院医療機関

- 刺突
- 児童買春

- công việc chuẩn bị trước
- luật sư do bị cáo tự thuê
- vết đâm
- biên bản của bác sĩ kiểm nghiệm tử thi
- lý do rút lui
- biên bản thương lượng giải quyết tranh chấp v.v… ngoài tòa án

- thương lượng, điều đình
- phó tổng giám đốc viện kiểm sát tối cao (khi tổng giám đốc vắng mặt thì sẽ có quyền đại diện)

- thành phố, huyện, thôn
- thị trưởng, huyện trưởng, thôn trưởng
- cháy do bất cẩn
- biên bản khám xét hiện trường
- án tù (không được hưởng án treo)
- chết do mất máu quá nhiều
- thi hành, chấp hành
- hành vi phạm tội
- tạm hoãn thi hành án
- việc bắt đầu thực hiện (hành vi phạm tội)

- án treo, tù treo
- bản câu hỏi
- cơ quan y tế / bệnh viện được chỉ định
- dụng cụ xâm nhập được chỉ định (như dụng cụ mở khóa đặc biệt v.v…)

- cơ quan y tế/bệnh viện được chỉ định để đi khám định kỳ

- cơ quan y tế/bệnh viện được chỉ định để nhập viện

- đâm
- mua dâm trẻ em

・自白	・thú tội, tự thú
・自費出国	・ra khỏi một nước (nào đó) bằng chính chi phí của mình
・事物管轄	・quyền xét xử vụ án và tang chứng thuộc vụ án đó
・司法警察員	・cảnh sát tư pháp là người có trách nhiệm điều tra và bắt tội phạm , theo luật phải có cấp bậc trên cảnh sát tuần tra tư pháp
・司法警察職員	・nhân viên cảnh sát tư pháp, là chủ thể để điều tra tội phạm
・司法巡査	・cảnh sát tuần tra tư pháp
・死亡診断書	・giấy chứng tử (xác nhận đã chết)
・始末書	・bản xin lỗi
・氏名照会回答書	・trả lời bản điều tra tên tuổi
・指紋照会回答書	・trả lời bản điều tra dấu vân tay
・社会通念	・những tiêu chuẩn căn bản trong xã hội
・社会的相当行為	・những hành vi mang tính chất hợp với quy định xã hội
・社会に復帰することを促進する	・xúc tiến giúp đỡ bị cáo trở lại làm người lương thiện trong xã hội
・社会復帰調整官	・nhân viên điều phối công tác giúp đỡ bị cáo trở lại làm người lương thiện cho xã hội
・釈放	・được thả, được phóng thích
・釈明	・làm rõ, giải thích minh bạch
・酌量減軽	・giảm tội, làm nhẹ tội
・写真撮影報告書	・bản điều tra có kèm theo ảnh
・遮へい	・che chắn
・重過失	・bất cẩn nghiêm trọng
・収容	・đưa vào (tù, trại tam giam v.v…)
・住居	・địa chỉ thường trú
・就職禁止事由	・lý do ngăn cấm không cho làm việc
・囚人	・tù nhân, phạm nhân

・自由心証主義	・nguyên tắc cho phép thẩm phán dựa vào lương tâm để phán đóan chứng cớ, dữ kiện của vụ án
・周旋する	・thương lượng, điều đình, hòa giải
・重大な事実の誤認	・sai lầm nghiêm trọng trong việc tìm hiểu sự việc
・(重大な)他害行為	・hành vi làm hại người khác nghiêm trọng
・自由な証明	・thủ tục giản đơn để xác lập chứng cớ
・従犯	・tòng phạm (cho hành động phạm tội)
・主観的違法要素	・các yếu tố vi phạm pháp luật mang tính chủ quan
・酒気帯び	・có hơi rượu trong cơ thể, say rượu
・主刑	・hình phạt chính
・受刑者	・phạm nhân đang thụ lý án
・主尋問	・đối chất giữa các đương sự chính
・受訴裁判所	・tòa thụ lý vụ kiện
・受託裁判官	・thẩm phán thụ lý sự việc
・出国命令	・mệnh lệnh rời khỏi nước (nào đó)
・出頭	・đầu thú, trình diện, hầu tòa
・出頭命令	・mệnh lệnh ra trình diện, ra hầu tòa, ra đầu thú
・出入国記録	・biên bản ghi lại ngày tháng năm đi vào và đi ra một nước nào đó
・主任弁護人	・luật sư biện hộ chính
・主犯	・thủ phạm
・主文(判決主文)	・bản phán quyết chính
・受命裁判官	・thẩm phán nhận mệnh lệnh của chánh án
・主要事実	・nội dung chủ yếu của sự việc
・準起訴手続	・thủ tục tương đương khởi tố
・準抗告	・tương đương kháng cáo
・巡査	・cảnh sát tuần tra ,cảnh sát thường
・巡査長	・cảnh sát tuần tra trưởng
・巡査部長	・trung sĩ cảnh sát

・遵守事項	・những chỉ dẫn phải tuân theo (sau khi được thả ra)
・照会	・hỏi thăm, điều tra
・傷害	・thương tích trên cơ thể
・召喚	・hầu tòa
・召喚状	・trát hầu tòa
・召喚する	・gọi ra hầu tòa
・情況（状況）証拠	・chứng cớ dựa vào tình huống
・証言	・chứng ngôn, lời khai của nhân chứng
・証拠	・chứng cớ
・証拠開示	・cho xem chứng cớ, trình bày chứng cớ
・上告	・kháng án
・上告趣意書	・bản nêu lý do kháng án
・上告審	・tòa xét xử vụ việc kháng án
・上告理由	・lý do kháng án
・証拠決定	・quyết định thừa nhận chứng cớ để xem xét trước tòa
・証拠書類	・chứng cớ bằng văn bản
・証拠調べ	・việc kiểm tra chứng cớ
・証拠資料	・những tài liệu mang tính bằng chứng
・証拠説明	・giải thích chứng cớ
・証拠等関係カード	・bản ghi chứng cớ
・証拠能力	・khả năng có thể được coi là bằng chứng
・証拠の提示	・đệ trình chứng cớ, chưng ra bằng chứng
・証拠の標目	・danh sách chứng cớ
・証拠排除	・việc loại trừ chứng cớ
・証拠物	・chứng cớ bằng hiện vật
・証拠方法	・phương pháp lập bằng chứng
・証拠保全	・lưu giữ chứng cớ
・常習性	・theo thói quen, quen tật
・常習犯	・phạm tội vì quen tật
・情状	・sự tình của vụ án

・情状酌量	・tính đến tình tiết có thể giảm tội
・上申書	・thư điều trần
・上訴	・kháng án
・上訴権者	・người có quyền kháng án
・上訴裁判所	・tòa thượng thẩm
・上訴趣意書	・bản lý do kháng án
・上訴提起期間	・thời hạn đệ đơn kháng án
・上訴の取下げ	・rút đơn kháng án
・上訴の放棄	・bác bỏ đơn kháng án
・焼損する	・thiêu hủy, đốt bỏ
・証人	・nhân chứng
・証人尋問	・việc chất vấn nhân chứng trước tòa
・証人尋問調書	・biên bản ghi nội dung chất vấn nhân chứng
・少年	・thiếu niên
・少年院	・Trại cải tạo thanh thiếu niên
・少年刑務所	・Trại tù thanh thiếu niên, trại giam thanh thiếu niên
・条文	・điều khoản
・小法廷	・tòa tiểu hình (xét xử bởi hội đồng thẩm phán gồm 5 người trong số 15 thẩm phán của tòa tối cao, và số thẩm phán xét xử trong tòa tiểu hình tối thiểu là 3 người)
・抄本	・bản trích ngang
・証明予定事実	・nội dung dự định sẽ chứng minh
・証明力	・năng lực chứng minh
・条約	・hiệp ước
・上陸拒否事由	・lý do không cho phép hạ cánh/cập cảng
・条例	・điều lệ
・処遇事件	・vụ án liên quan đến vấn đề đối xử (như quản tù đối xử với tù nhân v.v...)
・嘱託する	・ủy thác

・職務質問	・việc nhà chức trách chặn ai lại để thẩm vấn
・職務従事予定期間	・thời hạn dự định theo đuổi công việc của mình, thời hạn dự định làm công việc gì đó
・所持品検査	・việc cảnh sát khám xét đồ vật cầm giữ, mang theo trong người của ai đó
・書証	・chứng cớ bằng văn bản
・除斥	・loại trừ một thẩm phán, thư ký tòa án trong trường hợp người đó có quan hệ đặc biệt với bị cáo
・処断する	・định đoạt, phân xử
・職権	・quyền hạn của chức vụ, quyền chức
・職権証拠調べ	・quyền hạn điều tra bằng chứng
・職権調査	・quyền hạn điều tra
・職権保釈	・quyền hạn cho phép tại ngoại hầu tra
・職権濫用	・lạm dụng chức quyền
・処罰条件	・điều kiện xử phạt
・初犯	・phạm tội lần đầu
・署名	・chữ ký
・資力申告書	・bản tự khai năng lực tài chính
・信義則	・nguyên tắc của sự tín nghĩa (quyền lợi và nghĩa vụ phải dựa vào tín nghĩa để làm)
・人権擁護局	・Cục bảo vệ nhân quyền
・親告罪	・những tội phạm chỉ bị khởi tố khi nạn nhân đệ đơn tố cáo
・審査補助員	・nhân viên hỗ trợ công tác xét xử/thẩm tra
・心証	・sự đánh giá
・身上照会回答書	・trả lời bản điều tra về lý lịch cá nhân
・心神耗弱	・suy nhược tâm thần
・心神喪失	・bị mất trí
・審尋	・hỏi để xét xử

- 人身取引
- buôn người

- 真正な
- tính chân chính, tính thực sự

- 親族相盗
- trộm cắp trong gia đình

- 身体検査
- việc khám xét cơ thể

- 身体検査令状
- lệnh cho phép khám cơ thể

- 診断書
- giấy chứng thương

- 人定質問
- trước khi bắt đầu xét xử, thẩm phán sẽ hỏi bị cáo tên, tuổi, địa chỉ, ngày tháng năm sinh để xác định có đúng là bị cáo hay không

- シンナー
- chất pha sơn (thuốc kích thích)

- 審判
- xét xử, việc tòa xét xử

- 審判期日
- ngày tháng tòa xét xử

- 審判調書
- biên bản xét xử tại tòa

- 尋問事項
- những vấn đề đưa ra để chất vấn

- 尋問する
- chất vấn

- 信用性
- tính tin cậy

- 信頼の原則
- nguyên tắc tín nhiệm

- 審理不尽
- xét xử không hợp lý

- 推定する
- giả định

- 性格異常
- tính cách bất bình thường, tính tình bất thường

- 生活環境
- hòan cảnh/môi trường sinh họat

- 税関
- hải quan

- 請求による裁判員等の解任
- giải nhiệm bồi thẩm viên vì có yêu cầu

- 正式裁判
- phiên tòa chính thức

- 正式裁判請求
- đề nghị mở phiên tòa chính thức

- 精神鑑定
- việc giám định về tâm thần

- 精神障害者
- người bị rối lọan tâm thần

- 精神障害を改善する
- cải thiện tình trạng bệnh tâm thần

- 精神病
- bệnh tâm thần

- 精神病質
- tính cách tâm thần

・精神保健観察	・quan sát bảo vệ sức khỏe tâm thần
・精神保健参与員	・nhân viên chuyên trách bảo vệ sức khỏe tâm thần
・精神保健指定医	・bác sĩ được chỉ định để bảo vệ sức khỏe tâm thần
・精神保健審判員	・bồi thẩm viên bảo vệ sức khỏe tâm thần
・精神保健判定医	・bác sĩ được chỉ định để phán đoán việc bảo vệ sức khỏe tâm thần
・精神保健福祉士	・chuyên viên phúc lợi bảo vệ sức khỏe tâm thần
・正当業務行為	・hành động chính đáng trong khi thi hành nhiệm vụ
・正当防衛	・tự vệ chính đáng
・正犯	・chánh phạm, tội phạm chính
・正本	・bản chính
・声紋	・nhận dạng bằng tiếng nói
・政令	・mệnh lệnh của chính phủ
・責任	・trách nhiệm
・責任軽減事由	・lý do giảm nhẹ trách nhiệm cho bị cáo
・責任阻却事由	・lý do miễn trách nhiệm cho bị cáo
・責任能力	・năng lực chịu trách nhiệm (về hình sự)
・責任無能力者	・người không có khả năng chịu trách nhiệm hình sự
・責任要素	・những yếu tố cấu thành trách nhiệm
・責問権の放棄	・từ bỏ quyền chủ trương phản đối việc nhầm lẫn trong thủ tục hay quy định v.v.. tố tụng
・是正命令	・mệnh lệnh (được) điều chỉnh , mệnh lệnh được cải chính
・接見	・tiếp xúc (giữa bị can, bị cáo) với luật sư
・接見禁止	・không cho bị cáo được tiếp xúc với luật sư
・接見交通	・việc gặp gỡ giữa bị can, bị cáo với luật sư để nhận và gởi đồ

・窃取	・ăn cắp, lấy cắp
・絶対的控訴理由	・lý do tuyệt đối để kháng án
・是非弁別	・phân biệt nên và không nên
・前科	・tiền án
・前科調書	・biên bản tiền án
・宣告する	・tuyên án
・宣誓	・tuyên thệ
・専属管轄	・phạm vi thẩm quyền của tòa án
・選任決定	・quyết định tuyển chọn
・選任予定裁判員	・bồi thẩm viên dự định được chọn
・訴因	・nguyên nhân bị tố, điểm để buộc tội
・訴因変更	・thay đổi nguyên nhân bị tố, thay đổi điểm để buộc tội
・訴因を明示する	・trình bày rõ những yếu tố để khởi tố, để buộc tội
・捜査	・điều tra
・捜査機関	・cơ quan điều tra
・捜査記録	・biên bản điều tra
・捜索	・khám xét
・捜索差押許可状	・lệnh khám xét và tịch thu
・捜索差押調書	・biên bản việc khám xét và tịch thu
・捜索状	・lệnh khám xét
・捜索調書	・biên bản quá trình khám xét
・捜査照会回答書	・trả lời bản chất vấn điều tra
・捜査状況報告書	・bản báo cáo tình hình điều tra
・送達する	・gởi đi (gởi tài liệu liên quan đến vụ kiện cho người có liên quan, thường do thư ký tòa án làm)
・送致する	・đưa, dẫn bị can đến một nơi nào đó
・相当因果関係	・quan hệ nhân quả hợp lý
・相当な理由	・lý do chính đáng
・遡及処罰の禁止	・nghiêm cấm việc trừng phạt hồi tố

・即時抗告	・kháng cáo tức thời
・訴訟記録	・hồ sơ tố tụng
・訴訟係属	・vụ kiện đang ở giai đoạn tố tụng
・訴訟行為	・hành vi tố tụng
・訴訟指揮	・chỉ đạo công tác tố tụng (theo luật, quyền hạn chỉ đạo việc tố tụng là tòa án)
・訴訟条件	・điều kiện tố tụng
・訴訟手続	・thủ tục tố tụng
・訴訟手続の法令違反	・vi phạm pháp luật về thủ tục tố tụng
・訴訟能力	・khả năng tố tụng (có thể tố tụng hoặc bị tố tụng)
・訴訟費用	・chi phí tố tụng
・速記	・tốc ký
・即決裁判手続	・thủ tục tuyên án ngay sau khi xét xử
・疎明	・bằng cớ sơ khởi
・疎明資料	・tài liệu để xác lập bằng chứng sơ khởi
・損害賠償命令	・lệnh bồi thường thiệt hại

【た　行】

・第一審	・phiên tòa xét xử và đưa ra phán quyết lần đầu, xét xử sơ thẩm
・退院	・ra khỏi viện, rời bệnh viện
・退去強制令書	・lệnh trục xuất bắt buộc
・大使	・đại sứ
・大使館	・đại sứ quán
・対質	・sự đối chất giữa bị cáo và nhân chứng trong trường hợp lời khai của 2 bên không hợp
・大赦	・tổng ân xá
・対象行為	・hành vi là đối tượng của (thí dụ như hành vi xả rác bậy là đối tượng xử phạt của luật cấm vứt rác bừa bãi)

・対象事件	・vụ án là đối tượng của (thí dụ như vụ án là đối tượng của tòa án có bồi thẩm viên v.v..)
・対象者	・đối tượng
・退廷しなさい	・hãy ra khỏi phòng xử án (lệnh của tòa)
・退廷命令	・lệnh phải ra khỏi phòng xử án
・逮捕	・bắt
・大法廷	・tòa đại hình với sự tham gia của hội đồng thẩm phán tòa án tối cao xét xử các vụ kiện quan trọng như vi phạm hiến pháp v.v…
・逮捕状	・trát bắt giam
・大麻	・cần sa, dầu gai
・大麻樹脂	・nhựa cần sa
・大麻草	・cây cần sa, cây dầu gai
・代用監獄	・phòng tạm giam tại ty cảnh sát
・代理権	・quyền đại diện
・立会い	・tham dự phiên tòa
・弾劾証拠	・chứng cớ luận tội
・嘆願書	・thỉnh nguyện thư
・単独犯	・phạm tội một mình (không có đồng lõa)
・知的障害	・thiểu não
・地方検察庁（地検）	・viện kiểm sát địa phương
・地方検察庁支部	・chi nhánh viện kiểm sát địa phương
・地方公共団体	・chính phủ địa phương
・地方裁判所（地裁）	・tòa án địa phương
・地方裁判所支部	・chi nhánh của tòa án địa phương
・地方法務局	・cục tư pháp địa phương
・注意義務	・nghĩa vụ phải cẩn thận
・中央更生保護審査会	・hội đồng trung ương thẩm tra công tác bảo vệ và cải tạo
・中止犯	・đang phạm tội nửa chừng thì dừng lại
・中止未遂	・đương sự tự ý ngưng hành vi phạm tội

・懲役	・tù giam và lao động cưỡng bách
・長期３年以上	・thời hạn từ 3 năm trở lên
・調書	・biên bản
・調書判決	・bản phán quyết được ghi trong biên bản của tòa
・直接証拠	・chứng cớ trực tiếp
・陳述する	・trình bày, tường thuật
・追完する	・bổ xung yếu tố để phát sinh hiệu lực của hành vi pháp luật nào đó
・追起訴	・truy tố bổ xung
・追徴	・truy thu (chế độ bắt nộp tiền trong trường hợp vật cần tịch thu đã bị tiêu hao)
・追徴保全	・bảo vệ/giữ gìn khoản tiền đã truy thu
・通院期間の延長	・kéo dài thêm thời gian nhập viện
・通常逮捕	・bắt giam thông thường (có lệnh bắt giam của tòa án)
・通達	・thông tư, chỉ thị (giữa các cơ quan liên quan với nhau)
・通訳	・phiên dịch, thông dịch
・付添い	・đi cùng
・付添人	・người đi cùng
・つきまとい	・ám ảnh, không rời
・罪となるべき事実	・những hành vi cấu thành tội phạm
・罪を犯したことを疑うに足りる充分な理由	・những lý do xác đáng đủ để nghi ngờ người nào đó đã phạm tội
・罪を行い終わってから間がない	・ngay sau khi phạm tội
・連戻状	・trát áp giải về chỗ cũ
・連れ戻す	・áp giải về chỗ cũ, dẫn về chỗ cũ
・ＤＮＡ鑑定	・xét nghiệm gien di truyền (DNA)
・提出命令	・lệnh bắt phải nộp tài liệu, vật chứng v.v.. liên quan đến vụ án cho cảnh sát, cho tòa án

・廷吏	・thừa phát lại (người làm công việc văn phòng tạp vụ tại tòa án)
・撤回	・rút lại, thu hồi, bãi bỏ
・電子計算機	・máy vi tính/máy tính điện tử/máy điện tóan
・電磁的記録	・thẻ từ có ghi những thông tin hay nội dung tùy theo chức năng như thẻ ngân hàng,thẻ trả trước, thẻ chứng minh cá nhân , hay các loại để xử lý thông tin như đĩa mềm, CD- ROM, USB v.v…
・伝聞供述	・lời khai về kể lại những gì được biết do nghe từ người khác
・伝聞証拠	・chứng cớ không do chính nhân chứng biết đến mà chỉ do nghe lại
・伝聞法則	・nguyên tắc không chấp nhận chứng cớ do chỉ nghe thấy rồi kể lại
・電話聴取書	・biên bản hỏi cung qua điện thọai
・同意	・đồng ý, thỏa thuận
・道義的責任	・trách nhiệm đạo đức
・統合失調症	・hội chứng tâm thần phân liệt, hội chứng không làm chủ được mình vì bị ảo giác v.v…
・同行状	・trát mời đi cùng (đến ty cảnh sát v.v..)
・同行する	・đi cùng
・当事者	・đương sự
・謄写する	・sao/chép lại
・盗聴	・nghe trộm (bằng các phương tiện nghe trộm điện tử)
・答弁書	・bản phúc đáp, bản trả lời
・謄本	・bản sao
・特殊開錠用具	・dụng cụ mở khóa đặc biệt
・特定侵入行為	・hành vi khi dùng dụng cụ mở khóa đặc biệt xâm nhập vào nhà ai đó
・特に信用すべき情況（特信情況）	・nội dung/tình huống nên đặc biệt tin cậy
・特別抗告	・kháng án đặc biệt

・特別弁護人	・người đại diện đặc biệt
・土地管轄	・khu vực tòa án có quyền quản hạt
・都道府県公安委員会	・Ủy ban an ninh công cộng các tỉnh
・取り消す	・xóa bỏ
・取り下げる	・rút lui (ý kiến, đơn từ), triệt hồi
・取り調べる	・điều tra, hỏi cung
・トルエン	・chất toluene, methylbenzene

【な　行】

・内閣府	・văn phòng chính phủ
・捺印	・đóng dấu
・二重の危険	・nguy cơ hai lần (bị xử xong rồi, vẫn có nguy cơ bị xử lại tại tòa đại hình)
・日本司法支援センター（法テラス）	・Trung tâm hỗ trợ tư pháp Nhật bản
・入院	・nhập viện, vào nhà thương
・入院継続の確認	・xác nhận việc tiếp tục nhập viện
・入院によらない医療	・chữa trị mà không cần nhập viện
・入院を継続する	・tiếp tục nằm viện
・入国	・nhập cảnh
・入国管理局	・Cục quản lý xuất nhập cảnh
・入国管理局出張所	・Văn phòng chi nhánh của cục quản lý xuất nhập cảnh
・入国管理センター	・Trung tâm quản lý xuất nhập cảnh
・入国者収容所	・Trung tâm tạm giữ người nhập cảnh trái phép
・入国審査官	・nhân viên điều tra về xuất nhập cảnh
・入国手続	・thủ tục nhập cảnh
・任意性	・tính tự nguyện
・任意捜査	・điều tra dựa trên cơ sở tự nguyện
・任意提出書	・đơn tự nguyện cung cấp tài liệu để làm bằng chứng
・任意的弁護事件	・vụ án bào chữa/biện hộ một cách tự nguyện

・任意同行	・tự nguyện đi cùng cảnh sát đến nơi cần điều tra
・脳挫傷	・bị tổn thương não, bị chấn thương não

【は　行】

・売春	・mại dâm
・売春周旋	・việc thương lượng/trả giá khi mua dâm
・陪席裁判官	・phụ thẩm
・破棄移送	・bãi bỏ và chuyển sang tòa khác
・破棄差戻し	・bãi bỏ và trả lại tòa cũ
・破棄自判	・bãi bỏ phán quyết cũ và tự ra phán quyết mới
・破棄する	・bãi bỏ, hủy bỏ
・破棄判決	・tuyên án bãi bỏ án cũ
・罰金	・tiền phạt
・ハッシシ（ハッシシュ）	・cây dầu gai, cần sa
・罰条	・điều khoản phạt
・犯意	・ý định phạm tội
・判決	・phán quyết
・判決書	・bản phán quyết
・判決に影響を及ぼすことが明らか	・rõ ràng có ảnh hưởng tới phán quyết của tòa
・判決の宣告	・tuyên án
・判決理由	・cơ sở để phán quyết
・犯行	・hành vi phạm pháp, hành vi xấu
・犯罪	・phạm pháp
・犯罪行為を組成した物（犯罪組成物件）	・vật cấu thành hành vi phạm pháp
・犯罪事実	・nội dung phạm tội, nội dung phạm pháp
・犯罪収益	・thu lợi được từ hành vi phạm pháp
・判事	・thẩm phán
・判示する	・đưa ra luận cứ để phán xét

- 判事補
- phụ thẩm
- 反証
- biện luận phản chứng, sự đưa ra nội dung chứng minh những gì đã đưa ra trước đó hoàn toàn sai
- 犯情
- hòan cảnh, tình huống phạm tội
- 反則金
- tiền phạt vi phạm giao thông
- 反対尋問
- sự chất vấn của kiểm sát viên đối với nhân chứng và bị cáo mà luật sư đưa ra hay sự chất vấn của luật sư với nhân chứng của bên kiểm sát viên đưa ra
- 判例
- án lệ, phán lệ
- 判例違反
- vi phạm án lệ/phán lệ
- 判例変更
- sửa đổi án lệ
- 犯歴
- tiền sự
- 被害者
- nạn nhân
- 被害者還付
- hòan trả cho nạn nhân
- 被害者参加人
- người có tư cách tham gia chế độ bảo vệ quyền lợi của nạn nhân (gồm nạn nhân hay các luật sư được sự ủy thác của nạn nhân)
- 被害者参加弁護士
- luật sư có tư cách tham gia chế độ bảo vệ quyền lợi của nạn nhân
- 被害者特定事項
- điều mục đặc biệt để bảo vệ thông tin cá nhân v.v..của nạn nhân
- 被害届
- đơn thưa
- 被疑者
- bị can, nghi can, người bị tình nghi
- 非供述証拠
- chứng cớ thu được không phải do cung khai
- 非行
- hành vi bất chính
- 被告事件
- một vụ án hình sự
- 被告人
- bị cáo
- 被告人の退廷
- bị cáo rời khỏi phòng xử án
- 被収容者
- người bị tạm giữ
- 非常上告
- kháng án bất thường
- 左陪席裁判官
- phụ thẩm ngồi bên trái

・ピッキング用具	・dụng cụ mở khóa cửa (bằng cách đục lỗ kế bên móc khóa và đút dây kim loại vào để xoay chuyển khóa và mở cửa)
・筆跡	・chữ viết tay, dấu tích viết tay
・必要的弁護事件	・vụ án cần có sự bào chữa của luật sư
・必要的保釈	・bảo lãnh cần thiết để được tại ngoại hầu tra
・ビデオリンク	・đường kết nối video
・秘匿決定	・quyết định dấu kín, giữ bí mật
・否認	・không nhận tội
・評議	・họp để thảo luận
・評決	・họp để biểu quyết, biểu quyết
・被略取者	・người bị bắt cóc
・不意打ち	・bất ngờ
・附加［付加］刑	・hình phạt bổ xung
・不可抗力	・không thể chống cự được
・不可罰的事後行為	・hành vi không bị trừng phạt (những hành vi liên quan xảy ra sau khi phạm tội không bị trừng phạt theo luật pháp. Ví dụ vứt bỏ vật đã lấy cắp)
・不起訴処分	・quyết định không khởi tố
・副検事	・phó kiểm sát viên
・不告不理の原則	・nguyên tắc nếu không khởi tố thì không xét xử
・不作為犯	・hành vi vô trách nhiệm trở thành yếu tố phạm tội chính
・婦人補導院	・trung tâm cải tạo phụ nữ
・不選任の決定	・quyết định không tuyển nhiệm nữa, không chọn người đó nữa
・物的証拠	・vật chứng
・不定期刑	・hình phạt không xác định thời hạn chịu án
・不適格事由	・lý do không được xem là đủ tư cách để làm một việc gì đó

- 不同意
  - không đồng ý
- 不当逮捕
  - bắt trái phép, bắt vô căn cứ
- 不能犯
  - có ý định phạm pháp nhưng hành vi đó không có khả năng đưa đến việc phạm tội. Thí dụ như dự định giết người bằng bùa phép
- 不服申立て
  - đệ đơn xin phản đối
- 部分判決
  - phán quyết từng phần, tuyên án từng phần
- 不法在留
  - ở trái phép (thí dụ như đi vào nước nào đó bằng hộ chiếu hoặc thông hành giả mạo và ở đó luôn)
- 不法残留
  - ở quá thời hạn cho phép
- 不法入国
  - nhập cảnh trái phép
- 不法領得の意思
  - ý định chiếm dụng bất hợp pháp
- 不利益な事実の承認
  - thừa nhận hành vi không có lợi cho bản thân
- 不利益変更の禁止
  - nghiêm cấm sự thay đổi quyền lợi làm thiệt hại cho ai
- 併科する
  - tuyên phạt gộp (các hình thức phạt cùng một lúc)
- 併合決定
  - quyết định phạt gộp nhiều hình thức
- 併合罪
  - tội gộp lại
- 併合する
  - phạt gộp
- 別件逮捕
  - bắt một bị can đang bị giam giữ về một hành vi phạm pháp khác với vụ việc mà bị can đang bị bắt
- 別の合議体による裁判所
  - tòa án xét xử do hội đồng thẩm phán khác không phải là hội đồng thẩm phán đã đưa ra phán quyết của tòa án trước đó
- 弁解録取書
  - biên bản tự biện minh của bị cáo
- 弁護士
  - luật sư
- 弁護士会
  - Hội luật sư
- 弁護人
  - luật sư bào chữa
- 弁護人依頼権
  - quyền được thuê luật sư

・弁護人選任権	・quyền được lựa chọn và chỉ định luật sư
・変造	・giả mạo
・弁論	・biện hộ/bào chữa bằng lời
・弁論再開	・tiếp tục quá trình biện hộ/bào chữa bằng lời
・弁論終結	・chấm dứt phần biện hộ/bào chữa của 1 vụ án
・弁論能力	・khả năng biện hộ/bào chữa bằng lời
・弁論分離	・thủ tục biện hộ/bào chữa riêng rẽ
・弁論併合	・biện hộ.bào chữa gộp
・弁論要旨	・nội dung biện hộ/bào chữa của luật sư trong phiên tòa xét xử cuối cùng trước phiên tòa tuyên án
・防衛の意思	・ý nghĩ/ ý tưởng/suy nghĩ muốn có hành động tự vệ
・包括一罪	・bao gồm một tội
・謀議	・âm mưu
・防御権	・quyền tự vệ
・暴行	・hành hung
・傍受	・việc nhận tin và truyền tin gián tiếp (khi muốn liên lạc với ai đó (qua thông tin không dây) nhưng lại không liên lạc trực tiếp với người đó mà lại qua một người khác)
・幇助する	・tiếp tay (với kẻ phạm tội)
・幇助犯	・kẻ phạm tội tiếp tay
・法人	・công ty
・傍聴席	・ghế dự thính
・傍聴人	・người đến dự thính
・法廷	・phòng xử án
・法定刑	・hình phạt đã được luật pháp quy định
・法廷警察権	・quyền có cành sát tư pháp
・法定代理人	・đại diện pháp lý
・法定手続の保障	・sự đảm bảo của thủ tục pháp lý

・冒頭陳述	・thủ tục công tố viên đọc những thông tin cá nhân về bị cáo, tình hình phạm tội để mở đầu phần xét xử
・法の不知	・không biết gì về luật pháp
・法の下の平等	・bình đẳng trước pháp luật
・方法の錯誤	・ngộ nhận/hiểu lầm phương pháp
・法務局	・Cục pháp chế
・法務省	・Bộ tư pháp
・法律	・luật pháp
・法律上の減軽	・việc giảm nhẹ tội theo luật
・法律の錯誤	・sự hiểu lầm pháp luật
・法律の適用	・việc áp dụng luật pháp
・法律審	・thẩm tra pháp luật, kiểm tra pháp luật (thí dụ tòa thượng thẩm sẽ thẩm tra nội dung tuyên án của tòa cấp dưới có đúng theo luật hay không)
・暴力団	・băng đảng của xã hội đen
・法令	・luật pháp và quy định
・法令適用の誤り	・sai lầm trong khi áp dụng luật pháp và quy định
・保護観察	・giám sát và hướng dẫn
・保護観察官	・nhân viên giám sát can phạm trong thời gian đang bị án treo hoặc những người được tạm thả , hoặc trẻ vị thanh niên phạm pháp sau khi được thả
・保護観察所	・Văn phòng giám sát và hướng dẫn (can phạm trong thời gian đang bị án treo, người được tạm thả , trẻ vị thanh niên phạm pháp sau khi được thả)
・保護司	・nhân viên giám sát và hướng dẫn do bộ tư pháp ủy nhiệm
・保護者	・phụ huynh, người bảo trợ
・保護法益	・những quyền lợi được luật pháp bảo vệ
・保護命令	・lệnh bảo vệ

・保佐監督人	・người giám sát người bảo vệ/người trông nom (để tránh trường hợp người bảo vệ/người trông nom lạm dụng quyền hạn của mình gây thiệt hại cho đối tượng được bảo vệ như trẻ vị thành niên hay người không có khả năng quản lý tiền bạc)
・補佐人	・người hỗ trợ bị cáo tại các phiên tòa
・保佐人	・người hỗ trợ và trông nom người không có khả năng quản lý tiền bạc, hay trẻ vị thành niên
・保釈	・việc đóng tiền bảo lãnh để được tại ngoại hầu tra trong thời gian xét xử
・保釈取消し	・bác bỏ việc nộp tiền bảo lãnh để được tại ngoại hầu tra
・保釈保証金	・tiền bảo lãnh để được tại ngoại trong thời gian xét xử
・補充員	・người bổ xung
・補充裁判員	・bồi thẩm viên bổ xung
・補充書	・bản bổ xung
・補助監督人	・người giám sát người hỗ trợ/người trông nom (để tránh trường hợp người hỗ trợ/người trông nom lạm dụng quyền hạn của mình gây thiệt hại cho đối tượng được bảo vệ như trẻ vị thành niên hay người không có khả năng quản lý tiền bạc)
・補助人	・người hỗ trợ người không có khả năng quản lý tiền bạc
・没取	・sự tịch thu
・没収する	・tịch thu
・没収保全	・giữ gìn vật đã bị tịch thu
・ポリグラフ検査	・biểu đồ trắc nghiệm phát hiện nói dối
・本籍	・nơi xuất thân, quê quán

【ま　行】

・麻薬	・ma túy
・麻薬常習者	・người bị nghiện ma túy
・マリファナ	・chất Marijuana
・右陪席裁判官	・phụ thẩm ngồi bên phải
・未決勾留	・tạm giam (trong thời gian truy tố và xét xử)
・未遂	・dự định, toan (làm một việc gì đó nhưng chưa kịp thực hiện)
・未成年者	・trẻ vị thành niên
・密売者	・người buôn lậu
・密輸出	・việc xuất lậu, vận chuyển lậu, buôn lậu ra nước ngoài
・密輸入	・việc nhập lậu, vận chuyển lậu,buôn lậu vào trong nước
・未必の故意	・cố ý làm dù chắc chắn biết được hậu quả của việc mình làm
・身分犯	・tư cách phạm tội, trong đó tội phạm được xác định dựa trên tư cách của bị cáo
・無期懲役	・tù giam vô thời hạn có lao động cưỡng bức
・無罪	・vô tội
・無罪の推定	・được phỏng đoán là vô tội
・無銭飲食	・ăn quỵt, ăn không trả tiền
・無断退去者	・người tự ý rời khỏi nơi nào khi chưa được phép
・無賃乗車	・đi lậu vé tàu/xe
・無能力者	・người không có năng lực để làm gì đó
・酩酊	・say rượu
・命令	・lệnh, mệnh lệnh
・免訴	・miễn tố
・毛髪鑑定	・xét nghiệm mẫu tóc

・黙秘権	・quyền im lặng (không trả lời câu hỏi của tòa)

・薬物犯罪収益	・lợi nhuận thu được từ việc phạm pháp liên quan đến ma túy (như buôn bán, chuyển nhượng, xử dụng ma túyv.v..)
・やむを得ずにした行為	・hành vi bất đắc dĩ
・誘引	・dụ dỗ, lôi kéo
・有期懲役	・tù có kỳ hạn có lao động cưỡng bức
・有罪	・có tội
・宥恕	・tha tội, tha thứ
・誘導尋問	・câu hỏi mớm,câu hỏi dẫn dắt theo đúng ý người hỏi
・ゆすり	・tống tiền
・予見可能性	・khả năng biết trước
・余罪	・tội có thêm ngòai tội đang bị bắt
・予断排除	・tránh thiên vị, định kiến
・予備	・sự chuẩn bị (cho việc phạm tội)
・呼出状	・trát hầu tòa
・呼び出す	・mời đến làm việc (với cảnh sát), mời ra hầu tòa
・予備的訴因	・các yếu điểm buộc tội dự bị

・立証趣旨	・nội dung muốn chứng minh
・立証する	・chúng minh
・立証責任	・trách nhiệm chứng minh
・略式手続	・thủ tục giản lược
・略式命令	・mệnh lệnh giản lược
・略取	・bắt cóc
・留置施設	・trại tạm giam, nơi tạm giam
・理由のくいちがい	・sự mâu thuẫn của những lý do

- 理由の不備
- không đủ lý do

- 理由を示さない不選任の請求
- yêu cầu không nêu lý do khi không muốn lựa chọn ai đó

- 量刑
- mức độ hình phạt, mức tuyên án

- 量刑不当
- mức độ hình phạt không thích hợp, mức tuyên án không xác đáng

- 領事
- lãnh sự

- 領事館
- lãnh sự quán

- 領収書
- hóa đơn, biên lai

- 領置
- việc tạm giữ vật dụng cá nhân v.v..do chính nghi can, bị cáo đồng ý nộp

- 領置調書
- giấy biên nhận đã thu giữ vật dụng làm tang chứng

- 両罰規定
- quy định phạt liên đới cả đương sự lẫn công ty

- 旅券（パスポート）
- hộ chiếu

- 輪姦
- việc hãm hiếp tập thể

- 臨検
- kiểm tra tại chỗ

- 臨床尋問
- việc hỏi cung tại giường bệnh của nghi can, đương sự, bị cáo

- 類推解釈
- giải thích bằng suy luận tương tự (lấy những điều không ghi trong luật nhưng có tính cách giống như sự kiện mà giải thích sự kiện)

- 累犯
- tái phạm

- 令状
- trát bắt giam

- 連行する
- dẫn về ty cảnh sát để hỏi cung, áp giải đến ty cảnh sát

- 労役場留置
- lưu giữ tại một cơ sở sản xuất (để làm việc vì không có tiền nộp phạt)

- 録音
- thu âm

- 録取（する）
- ghi lại, viết lại

- 論告
- nội dung buộc tội của kiểm sát viên

- 論告要旨
- nội dung buộc tội của kiểm sát viên

【わ　行】

・わいせつ	・khiêu dâm, tục tĩu, hạ cấp, sàm sỡ, sờ mó người khác v.v…
・わいろ	・hối lộ, tham nhũng
・和解	・hòa giải

第2章　法令名

【あ　行】

・あへん法	・luật nha phiến
・医師法	・luật bác sĩ
・意匠法	・luật bảo vệ kiểu mẫu đã đăng ký
・印紙等模造取締法	・luật kiểm sóat in mạo tem thuế vụ
・印紙犯罪処罰法	・luật phạt các tội phạm pháp về tem thuế vụ
・インターネット異性紹介事業を利用して児童を誘引する行為の規制等に関する法律	・luật ngăn ngừa hành vi dụ dỗ trẻ nhỏ bằng hình thức dịch vụ giới thiệu người khác phái qua internnet
・恩赦法	・luật ân xá

【か　行】

・外国ニ於テ流通スル貨幣紙幣銀行券証券偽造変造及模造ニ関スル法律（外貨偽造法）	・luật cấm làm giả mạo tiền ngân hàng ngoại quốc phát hành và làm giả các chứng từ có giá trị lưu hành tại ngoại quốc (luật cấm làm giả ngoại tệ)
・外国為替及び外国貿易法（外為法）	・luật ngoại tệ và ngoại thương
・外国裁判所ノ嘱託ニ因ル共助法	・luật hỗ trợ tài liệu cho tòa án nước ngoài
・外国人漁業の規制に関する法律	・luật quản lý ngư nghiệp cho người nước ngoài
・外国人登録法	・luật đăng ký người nước ngoài
・海洋汚染等及び海上災害の防止に関する法律	・luật ngăn ngừa ô nhiễm biển v.v..và tai nạn trên biển
・海上交通安全法	・luật an tòan giao thông hàng hải
・海上衝突予防法	・luật ngăn ngừa tàu thuyền đụng chạm trên biển
・火炎びんの使用等の処罰に関する法律	・luật trừng phạt việc dùng lựu đạn chai v.v..

・覚せい剤取締法	・Luật kiểm soát chất kích thích
・貸金業法	・luật dịch vụ cho vay
・火薬類取締法（火取法）	・luật kiểm soát thuốc súng
・関税定率法	・luật thuế quan
・関税法	・luật hải quan
・漁業法	・luật ngư nghiệp
・漁船法	・luật tàu đánh cá
・銀行法	・luật ngân hàng
・金融商品取引法	・luật giao dịch các sản phẩm chứng khóan
・警察官職務執行法（警職法）	・luật cảnh sát thi hành nhiệm vụ
・警察法	・luật cảnh sát
・刑事確定訴訟記録法	・luật hồ sơ tố tụng hình sự đã được giải quyết
・刑事収容施設及び被収容者等の処遇に関する法律	・luật về nhà tù, trại giam hình sự và việc đối xử với người đang bị giam giữ
・刑事訴訟規則（刑訴規則）	・những quy định về tố tụng hình sự
・刑事訴訟費用等に関する法律	・luật về chi phí trong tố tụng hình sự
・刑事訴訟法（刑訴法）	・luật tố tụng hình sự
・刑事補償法	・luật bồi thường hình sự (cho người bị kết án nhưng sau đó được tuyên bố là vô tội)
・競馬法	・luật cá ngựa
・軽犯罪法	・luật về những tội nhẹ
・刑法	・luật hình sự
・検察審査会法	・luật hội đồng thẩm tra quyết định của kiểm sát viên
・検察庁法	・luật viện kiểm sát
・航空機の強取等の処罰に関する法律	・luật trừng phạt tội cướp máy bay/tội không tặc

・航空の危険を生じさせる行為等 ・luật trừng phạt tội gây nguy hiểm cho
　の処罰に関する法律 　hoa tiêu hàng không

・更生保護事業法 ・luật giúp đỡ cải tạo can phạm sau khi
　　　　　　　　　　　　　　được tha hay đang bị án treo

・更生保護法 ・luật giúp đỡ cải tạo

・国際受刑者移送法 ・luật di chuyển tù nhân quốc tế

・国際人権規約 ・công ước quốc tế nhân quyền

・国際捜査共助等に関する法律 ・luật liên quan đến công tác trợ giúp điều
　　　　　　　　　　　　　　tra quốc tế

・国際的な協力の下に規制薬物に ・luật liên quan đến điều khoản đặc biệt
　係る不正行為を助長する行為等 　của luật kiểm soát ma túy và thuốc kích
　の防止を図るための麻薬及び向 　thích để ngăn chặn việc hỗ trợ những
　精神薬取締法等の特例等に関す 　hành vi bất chính liên quan đến các loại
　る法律（麻薬特例法） 　ma túy với sự hợp tác quốc tế

・国籍法 ・luật quốc tịch

・戸籍法 ・luật đăng ký hộ tịch

【さ　行】

・裁判員の参加する刑事裁判に関 ・luật về tòa án hình sự có sự tham gia của
　する法律 　bồi thẩm viên

・裁判員の参加する刑事裁判に関 ・quy định về tòa án hình sự có sự tham
　する規則 　gia của bồi thẩm viên

・裁判所法 ・luật tòa án

・酒に酔って公衆に迷惑をかける ・luật ngăn ngừa hành vi làm mất trật tự
　行為の防止等に関する法律 　công cộng vì say rượu

・自転車競技法 ・luật đua xe đạp

・自動車損害賠償保障法 ・luật bắt buộc bảo hiểm xe có động cơ

・自動車の保管場所の確保等に関 ・luật liên quan đến nghĩa vụ phải có bãi
　する法律 　đậu xe (thì mới được phép mua xe hơi)

・児童福祉法 ・luật phúc lợi thiếu nhi

・児童買春，児童ポルノに係る行為等の処罰及び児童の保護等に関する法律	・luật bảo vệ trẻ em và trừng phạt hành vi liên quan đến việc mua bán dâm , hình khỏa thân v.v…của trẻ em
・銃砲刀剣類所持等取締法（銃刀法）	・luật kiểm sóat các lọai súng ống gươm dao
・出資の受入れ，預り金及び金利等の取締りに関する法律	・luật kiểm sóat tiếp nhận tiền đầu tư, tiền gởi tiết kiệm và lãi xuất gởi tiền
・出入国管理及び難民認定法	・luật qủan lý xuất nhập cảnh và công nhận tư cách tỵ nạn
・少年法	・luật thanh thiếu niên
・商標法	・luật thương hiệu
・商法	・luật thương mại
・職業安定法	・luật đảm bảo công ăn việc làm
・所得税法	・luật thuế thu nhập
・心神喪失等の状態で重大な他害行為を行った者の医療及び観察等に関する法律（心神喪失者等医療観察法）	・luật liên quan đến công tác chăm sóc y tế và giám sát những người có hành vi gây thiệt hại nặng nề đến người khác vì bị mất trí/điên (luật chăm sóc y tế và giám sát người bị mất trí)
・人身保護法	・luật bảo vệ nhân thân
・森林法	・luật bảo vệ và trồng rừng
・ストーカー行為等の規制等に関する法律	・luật kiểm sóat hành vi luôn ám ảnh làm phiền người khác
・精神保健及び精神障害者福祉に関する法律（精神保健法）	・luật bảo vệ sức khỏe tâm thần, hay luật phúc lợi đối với người bị bệnh tâm thần (luật bảo vệ sức khỏe tâm thần)
・船員法	・luật thủy thủ
・船舶安全法	・luật an tòan tàu biển
・船舶職員及び小型船舶操縦者法	・luật nhân viên trên tàu (thủy thủ) và luật lái tàu lọai nhỏ
・船舶法	・luật tàu thuyền

- 組織的な犯罪の処罰及び犯罪収益の規制等に関する法律
- luật trừng phạt về phạm phápcó tính tổ chức và kiểm soát về việc thu lợi nhuận từ hành vi phạm pháp

【た　行】

- 大麻取締法
- luật kiểm soát các loại cần sa

- 著作権法
- luật bản quyền

- 通貨及証券模造取締法
- luật kiểm soát giả mạo tiền tệ và chứng khóan

- 鉄道営業法
- luật kinh doanh đường sắt

- 電気通信事業法
- luật hành nghề viễn thông

- 電波法
- luật phát sóng

- 盗犯等ノ防止及処分ニ関スル法律
- luật về ngăn ngừa và trừng phạt trộm cướp

- 逃亡犯罪人引渡法
- luật dẫn độ tội phạm

- 道路運送車両法
- luật các phương tiện giao thông gắn máy và vận chuyển đường bộ

- 道路交通法（道交法）
- luật giao thông đường bộ

- 特殊開錠用具の所持の禁止等に関する法律
- luật về việc ngăn cấm không được mang theo các loại dụng cụ mở khóa đặc biệt

- 特定商取引に関する法律
- luật về việc giao dịch thương mại đặc biệt

- 毒物及び劇物取締法（毒劇法）
- luật kiểm soát các chất độc hại và các loại chất nổ dùng trong phim ảnh

- 都道府県条例
- các điều lệ của chính quyền địa phương (được coi như luật của địa phương đó)

【な　行】

- 成田国際空港の安全確保に関する緊急措置法
- luật về các biện pháp khẩn cấp bảo vệ an ninh cho sân bay quốc tế Narita

- 日本国憲法（憲法）
- hiến pháp Nhật bản (hiến pháp)

・日本国とアメリカ合衆国との間の相互協力及び安全保障条約第6条に基づく施設及び区域並びに日本国における合衆国軍隊の地位に関する協定の実施に伴う刑事特別法（刑特法）
・luật hình sự đặc biệt ban hành để thực thi các hiệp định liên quan đến các cơ sở, khu vực và tư cách của lực lượng quân đội Mỹ dựa trên điều khoản 6 của hiệp ước hợp tác và bảo vệ an ninh Nhật-Mỹ (luật hình sự đặc biệt)

【は　行】

・廃棄物その他の物の投棄による海洋汚染の防止に関する条約
・hiệp ước ngăn ngừa ô nhiễm biển do vứt bỏ rác và nhiều vật phế thải khác

・廃棄物の処理及び清掃に関する法律（廃棄物処理法）
・luật xử lý chất thải và giữ gìn vệ sinh công cộng (luật xử lý chất thải)

・配偶者からの暴力の防止及び被害者の保護に関する法律
・luật về việc ngăn ngừa hành vi bạo lực của chồng hoặc vợ và việc bảo vệ nạn nhân

・売春防止法
・luật chống mại dâm

・破壊活動防止法（破防法）
・luật chống các hoạt động phá hoại

・爆発物取締罰則
・quy định kiểm soát chất nổ

・罰金等臨時措置法
・luật quy định tiền phạt tạm

・犯罪収益に係る保全手続等に関する規則
・quy định về thủ tục giữ gìn các khoản tiền kiếm được từ hành vi phạm pháp

・犯罪捜査のための通信傍受に関する法律
・luật về việc truyền tin gián tiếp để điều tra phạm pháp

・犯罪被害財産等による被害回復給付金の支給に関する法律
・luật liên quan về các khoản tiền trợ cấp cho nạn nhân để phục hồi tài sản của nạn nhân bị thiệt hại vì hành vi phạm pháp

・犯罪被害者等の権利利益の保護を図るための刑事手続に付随する措置に関する法律（犯罪被害者等保護法）
・luật về các biện pháp phụ thuộc trong thủ tục hình sự để bảo vệ quyền lợi cho nạn nhân bị thiệt hại vì hành vi phạm pháp (luật bảo vệ nạn nhân)

・被疑者補償規程
・những quy định về bồi thường cho nghi can

・人の健康に係る公害犯罪の処罰に関する法律（公害罪法）
・luật về việc trừng phạt hành vi gây ô nhiễm công cộng ảnh hưởng đến sức khỏe con người (luật tội làm ô nhiễm)

- 風俗営業等の規制及び業務の適正化等に関する法律（風営法）
- luật quản lý công tác kinh doanh những ngành nghề ảnh hưởng đến đạo đức xã hội và hướng dẫn công việc của họ không làm hại đến xã hội (luật kinh doanh ngành nghề ảnh hưởng đến đạo đức xã hội)

- 武器等製造法
- luật sản xuất vũ khí

- 不正競争防止法
- luật chống cạnh tranh không lành mạnh

- 法廷等の秩序維持に関する法律
- luật về việc giữ trật tự tại tòa án

- 暴力行為等処罰ニ関スル法律
- luật về trừng phạt các hành vi bạo lực

【ま　行】

- 麻薬及び向精神薬取締法（麻取法）
- luật kiểm soát ma túy và thuốc kích thích (luật kiểm soát ma túy)

- 民事訴訟法
- luật hình sự tố tụng

- 民法
- luật dân sự

- モーターボート競走法
- luật đua thuyền gắn máy chuyên nghiệp

【や　行】

- 薬物犯罪等に係る保全手続等に関する規則
- quy định về thủ tục giữ gìn các loại ma túy phạm pháp

- 有線電気通信法
- luật thông tin viễn thông có dây

- 郵便切手類模造等取締法
- luật kiểm soát in ấn giả mạo tem bưu chính

- 郵便法
- luật bưu chính

【ら　行】

- 領海及び接続水域に関する法律
- luật về hải phận và việc tàu ngoại quốc lai vãng gần hải phận Nhật bản

- 領事関係に関するウィーン条約
- Công ước Viên (Vienna) về quan hệ lãnh sự

- 旅券法
- luật hộ chiếu

・労働基準法 ・luật tiêu chuẩn lao động

第3章　罪名

【あ　行】

- あへん煙吸食器具輸入（製造，販売，所持）罪
- tội nhập khẩu (sản xuất, buôn bán,tàng trữ) dụng cụ để hút thuốc phiện
- あへん煙吸食罪
- tội hút thuốc phiện
- あへん煙吸食場所提供罪
- tội cung cấp địa điểm để hút thuốc phiện
- あへん煙等所持罪
- tội tàng trữ , cầm giữ, mang theo trong người thuốc phiện
- あへん煙輸入（製造，販売，所持）罪
- tội nhập khẩu (sản xuất, buôn bán, tàng trữ) thuốc phiện
- あへん法違反（所持，譲渡，譲受，使用，輸入）
- vi phạm luật nha phiến (tàng trữ, chuyển giao, tiếp nhận, sử dụng và nhập khẩu)
- 遺棄罪
- tội bỏ rơi
- 遺棄等致死罪
- tội bỏ rơi người nào đó dẫn đến tử vong
- 遺棄等致傷罪
- tội bỏ rơi người nào đó dẫn đến bị thương tích
- 遺失物等横領罪
- tội lấy đồ do người khác làm mất hoặc để quên
- 威力業務妨害罪
- tội dùng sức mạnh gây trở ngại cho công việc của nhà chức trách
- 営利目的等被略取者収受罪
- tội nhận giữ hộ người bị bắt cóc để lấy tiền
- 営利目的等略取（誘拐）罪
- tội bắt cóc để lấy tiền
- 延焼罪
- tội làm cháy lân lan
- 往来危険罪
- tội gây nguy hiểm cho giao thông
- 往来危険による艦船転覆（沈没，破壊）罪
- tội gây nguy hiểm cho đường biển khiến tàu thuyền bị lật úp (chìm tàu, hư hại tàu)
- 往来危険による汽車転覆（破壊）罪
- tội gây nguy hiểm cho giao thông khiến tàu điện bị lật (làm hư hại tàu)
- 往来妨害罪
- tội cản trở giao thông
- 往来妨害致死罪
- tội cản trở giao thông khiến người khác tử vong
- 往来妨害致傷罪
- tội cản trở giao thông khiến người khác bị thương

・横領罪　　　　　　　　　　　　・tội biển thủ

【か　行】

・外国国章損壊（除去，汚損）罪　・tội phá hủy (tháo bỏ, làm hư hại dơ bẩn) quốc huy /cờ của nước khác

・外国人登録法違反（登録不申請）・vi phạm luật đăng ký người nước ngòai (không đăng ký)

・外国通貨偽造罪　　　　　　　　・tội làm giả ngọai tệ

・覚せい剤取締法違反（所持，譲渡，譲受，使用，輸入）・vi phạm luật kiểm sóat chất kích thích (tàng trữ, chuyển giao, tiếp nhận, sử dụng và nhập khẩu)

・過失往来危険罪　　　　　　　　・tội bất cẩn gây nguy hiểm cho giao thông

・過失激発物破裂罪　　　　　　　・tội bất cẩn làm nổ chất nổ

・過失建造物等浸害罪　　　　　　・tội bất cẩn gây thiệt hại cho các công trình xây dựng

・過失傷害罪　　　　　　　　　　・tội bất cẩn làm người khác bị thương

・過失致死罪　　　　　　　　　　・tội bất cẩn làm người khác tử vong

・加重逃走罪　　　　　　　　　　・tội đào tẩu cộng với tội mà vì đó mà đang bị truy nã

・ガス漏出罪　　　　　　　　　　・tội làm thoát hơi ga

・ガス漏出等致死罪　　　　　　　・tội làm người khác tử vong do thoát hơi ga

・ガス漏出等致傷罪　　　　　　　・tội làm người khác bị thương do thoát hơi ga

・監禁罪　　　　　　　　　　　　・tội bắt nhốt và dấu người nào tại nơi nào đó

・監禁致死罪　　　　　　　　　　・tội bắt nhốt và dấu người nào khiến họ bị tử vong

・監禁致傷罪　　　　　　　　　　・tội bắt nhốt và dấu người nào khiến họ bị thương

・艦船往来危険罪　　　　　　　　・tội gây nguy hiểm cho giao thông tàu thuyền

・偽計業務妨害罪　　　　　　　　・tội gây trở ngại cho công việc nhà chức trách bằng cách đánh lừa

・危険運転致死罪　　　　　　　　・tội lái xe ẩu tả làm người khác bị tử vong

・危険運転致傷罪	・tội lái xe ẩu tả làm người khác bị thương
・汽車転覆罪	・tội làm lật tàu điện
・汽車転覆等致死罪	・tội làm lật tàu điện khiến người khác bị tử vong hoặc bị thương
・偽証罪	・tội khai man, tội làm chứng dối
・偽造外国通貨行使罪	・tội sử dụng ngoại tệ giả
・偽造公文書行使罪	・tội sử dụng giấy tờ giả (như làm hộ chiếu giả, giấy chứng minh nhân dân giả, bằng giả v.v…)
・偽造私文書行使罪	・tội sử dụng giấy tờ giả của tư nhân (như thư từ cá nhân, bản vẽ, hồ sơ tư v.v…)
・偽造通貨行使罪	・tội sử dụng tiền giả
・偽造通貨等収得罪	・tội thu thập tiền giả
・偽造有価証券行使罪	・tội sử dụng chứng từ có giá giả
・器物損壊罪	・tội gây thiệt hại hay phá hủy đồ đạc
・境界損壊罪	・tội phá họai đường biên giới
・恐喝罪	・tội tống tiền
・凶器準備集合（結集）罪	・tội tập họp mang theo vũ khí nguy hiểm
・強制執行妨害罪	・tội dùng bạo lực ngăn chặn nhàchức trách thi hành công vụ
・強制わいせつ罪	・tội hiếp dâm (cách nói tránh)
・強制わいせつ致死罪	・tội hiếp dâm dẫn đến tử vong
・強制わいせつ致傷罪	・tội hiếp dâm dẫn đến gây thương tích
・競売等妨害罪	・tội ngăn cản việc bán đấu giá
・脅迫罪	・tội hăm dọa
・業務上横領罪	・tội biển thủ trong công việc
・業務上過失往来危険罪	・tội gây nguy hiểm cho giao thông do bất cẩn trong khi làm việc
・業務上過失激発物破裂罪	・tội bất cẩn làm chất nổ phát nổ trong khi làm việc
・業務上過失致死罪	・tội bất cẩn làm người khác tử vong trong khi làm việc
・業務上過失致傷罪	・tội bất cẩn làm người khác bị thương trong khi làm việc

・業務上失火罪	・tội bất cẩn gây ra hỏa hoạn trong khi làm việc
・強要罪	・tội bắt ép/bắt buộc người khác làm điều gì họ không muốn
・虚偽鑑定罪	・tội đưa ý kiến giám định giả
・虚偽告訴罪	・tội tố cáo giả mạo (nội dung tố cáo giả mạo)
・虚偽診断書作成罪	・tội làm giấy chứng nhận y tế giả
・激発物破裂罪	・tội làm chất nổ phát nổ
・現住建造物等放火罪	・tội đốt nhà hay đốt những công trình xây dựng đang có người ở
・建造物侵入罪	・tội xâm nhập gia cư / công trình xây dựng bất hợp pháp
・建造物損壊罪	・tội gây thiệt hại hoặc phá hủy nhà cửa/ công trình xây dựng
・建造物損壊致死罪	・tội gây thiệt hại hoặc phá hủy nhà cửa / công trình xây dựng làm người khác bị tử vong
・建造物損壊致傷罪	・tội gây thiệt hại hoặc phá hủy nhà cửa / công trình xây dựng làm người khác bị thương
・建造物等以外放火罪	・tội phóng hỏa những đồ vật không phải là nhà cửa/công trình xây dựng
・公印偽造罪	・tội làm giả con dấu công
・公印不正使用罪	・tội sử dụng con dấu công trái phép
・強姦罪	・tội hiếp dâm
・強姦致死罪	・tội hiếp dâm làm người khác bị tử vong
・強姦致傷罪	・tội hiếp dâm làm người khác bị thương
・公記号偽造罪	・tội giả mạo ký hiệu/huy hiệu/biểu tượng công
・公記号不正使用罪	・tội sử dụng trái phép ký hiệu/huy hiệu/ biểu tượng công
・公正証書原本等不実記載罪	・tội viết những điều không trung thực/ không đúng/ghi giả mạo vào bản công chứng/chứng thư/bằng cấp v.v..

・公然わいせつ罪	・tội khiêu dâm/ tội làm điều tục tĩu trước mặt người khác làm mất thuần phong mỹ tục
・強盗強姦罪	・tội hiếp dâm khi cướp của
・強盗強姦致死罪	・tội hiếp dâm khi cướp của làm người khác tử vong
・強盗罪	・tội trộm cướp
・強盗致死罪	・tội cướp của làm người khác tử vong
・強盗致傷罪	・tội cướp của làm người khác bị thương
・強盗予備罪	・tội âm mưu cướp của
・公務員職権濫用罪	・tội lạm dụng chức quyền của công chức
・公務執行妨害罪	・tội cản trở nhà chức trách thi hành công vụ
・公用文書毀棄罪	・tội hủy hoại hồ sơ công
・昏酔強盗罪	・tội gây mê để cướp của

【さ　行】

・裁判員の参加する刑事裁判に関する法律違反	・vi phạm luật về tòa hình sự có sự tham gia của bồi thẩm viên
（裁判員等に対する請託（情報提供）罪）	・tội bị cáo khẩn nài bồi thẩm viên làm điều gì đó cho mình (như cung cấp thông tin)
（裁判員等に対する威迫罪）	・tội hăm dọa/đe dọa bồi thẩm viên
（裁判員等による秘密漏示罪）	・tội bồi thẩm viên tiết lộ thông tin bí mật
（裁判員の氏名等漏示罪）	・tội tiết lộ họ và tên của bồi thẩm viên
（裁判員候補者による虚偽記載（陳述）罪）	・tội bồi thẩm viên dự bị (người có tên trong danh sách sắp sửa làm bồi thẩm viên) ghi chép giả mạo vào phần tường trình/ trình bày
・詐欺罪	・tội lừa đảo
・殺人罪	・tội giết người
・殺人予備罪	・tội âm mưu giết người
・私印偽造罪	・tội giả mạo con dấu của cá nhân
・私印不正使用罪	・tội sử dụng con dấu cá nhân trái phép/ bất chính

・事後強盗罪	・tội ngăn chặn không cho của đã bị cướp trả về chủ cũ, hay hăm dọa nạn nhân/ người thứ ba, hay cướp lấy chính của cải đó v.v..
・自殺関与罪	・tội tiếp tay cho việc tự tử
・死体遺棄罪	・tội vứt bỏ tử thi
・死体損壊罪	・tội hủy họai tử thi
・失火罪	・tội gây hỏa họan
・自動車運転過失致死罪	・tội bất cẩn khi lái xe gây tai nạn làm người khác tử vong
・自動車運転過失致傷罪	・tội bất cẩn khi lái xe gây tai nạn làm người khác bị thương
・支払用カード電磁的記録不正作出罪	・tội làm giả trái phép nội dung trong thẻ từ chuyên dùng để thanh tóan/trả tiền
・重過失致死罪	・tội bất cẩn nghiêm trọng làm người khác tử vong
・重過失致傷罪	・tội bất cẩn nghiêm trọng làm người khác bị thương
・住居侵入罪	・tội xâm nhập gia cư
・集団強姦罪	・tội hiếp dâm tập thể, hiếp dâm hội đồng
・収得後知情行使（交付）罪	・tội sử dụng hoặc vận chuyển tiền giả, các loại chứng khóan giả mặc dù đã biết ró là đồ giả
・銃砲刀剣類所持等取締法違反	・vi phạm luật cấm mang theo trong người súng ống gươm dao
（けん銃実包譲渡）	・chuyển giao/trao tay súng ngắn dùng đạn thật
（けん銃実包所持）	・tàng trữ, mang theo trong người súng ngắn dùng đạn thật
（けん銃実包として輸入）	・nhập khẩu súng ngắn dùng đạn thật với tư cách là súng ngắn dùng đạn thật (chứ không phải tên sản phẩm khác)
（けん銃実包輸入）	・nhập khẩu súng ngắn dùng đạn thật
（けん銃等加重所持）	・tội tàng trữ, mang súng ngắn trong người nhiều lần
（けん銃等譲渡）	・chuyển giao, trao tay súng ngắn và các loại vũ khí khác

（けん銃等所持）	・tàng trữ, mang theo súng ngắn và các loại vũ khí khác trong người
（けん銃等として輸入）	・nhập khẩu với tư cách là súng ngắn và các loại vũ khí khác
（けん銃等発射）	・bắn súng ngắn hay các loại vũ khí khác
（けん銃等輸入）	・nhập khẩu súng ngắn và các loại vũ khí khác
（けん銃部品として輸入）	・nhập khẩu với tư cách là các linh kiện của một khẩu súng ngắn
・出入国管理及び難民認定法違反	・vi phạm luật quản lý xuất nhập cảnh và công nhận tư cách tỵ nạn
（営利目的等不法入国等援助）	・việc hỗ trợ đưa người trái phép/nhập cảnh lậu để lấy tiền
（寄港地上陸許可等の期間の経過）	・vượt quá thời hạn cho phép lên đất liền tại cảng mà tàu ghé vào
（収受等の予備）	・âm mưu nhận và cất giữ đồ vật (giữa thủy thủ và người bản xứ)
（集団密航者の収受等）	・tiếp nhận và cung cấp chỗ ở cho nhóm người nhập cảnh lậu/trái phép
（集団密航者を本邦に入らせ，又は上陸させる罪）	・tội đưa nhóm người nhập cảnh trái phép vào Nhật bản hoặc cho họ lên bờ trái phép
（集団密航者を本邦に向けて輸送し，又は本邦内において上陸の場所に向けて輸送する罪）	・tội vận chuyển nhóm người muốn nhập cảnh trái phép vào Nhật bản hoặc vận chuyển họ đến cảng để lên bờ tại Nhật bản
（船舶等の準備及び提供）	・việc cung cấp và chuẩn bị tàu bè (cho người nhập cảnh trái phép/lậu)
（不法在留）	・tội lưu trú bất hợp pháp, tội ở Nhật bất hợp pháp
（不法残留）	・tội lưu trú quá thời hạn cho phép, tội ở lại quá thời hạn cho phép
（不法就労助長）	・tội tạo việc làm trái phép cho người ngoại quốc không có tư cách làm việc ở Nhật/không được phép làm việc ở Nhật
（不法上陸）	・tội hạ cảnh/cập cảng bất hợp pháp
（不法入国）	・tội nhập cảnh trái phép
（不法入国者等蔵匿隠避）	・tội dấu giếm người nhập cảnh trái phép

（旅券不携帯）	・tội không mang theo hộ chiếu
・準強制わいせつ罪	・tội tương đương với tội hiếp dâm
・準強姦罪	・tội tương đương với tội cưỡng hiếp
・準詐欺罪	・tội tương đương với tội lừa đảo
・傷害罪	・tội làm người khác bị thương
・傷害致死罪	・tội làm người khác bị thương dẫn đến tử vong
・消火妨害罪	・tội cản trở việc cứu hỏa
・証拠隠滅罪	・tội dấu giếm hoặc hủy bỏ chứng cớ
・常習賭博罪	・tội cá độ/cờ bạc thành tật đã phạm nhiều lần trong quá khứ
・常習累犯窃盗罪	・tội trộm cắp thành tật đã phạm nhiều lần trong quá khứ
・承諾殺人罪	・tội giết người có sự đồng ý của nạn nhân
・証人等威迫罪	・tội hăm dọa người làm chứng
・私用文書毀棄罪	・tội hủy hoại hồ sơ, văn bản tư nhân
・嘱託殺人罪	・tội giết người do người khác yêu cầu
・職務強要罪	・tội bắt buộc người khác làm công việc gì đó mà họ không muốn
・所在国外移送目的略取罪	・tội cưỡng đoạt người nào đó để chuyển họ ra nước ngòai
・信書隠匿罪	・tội cất giấu thư tín
・信書開封罪	・tội mở thư tín khi không được phép
・人身売買罪	・tội buôn người
・信用毀損罪	・tội làm tổn thương uy tín của người khác
・窃盗罪	・tội trộm cắp, tội ăn cắp
・騒乱罪	・tội làm loạn, tội nổi loạn
・贈賄罪	・tội đưa hối lộ

【た　行】

・逮捕罪	・tội bắt người vô cớ, tội bắt người trái phép
・逮捕致死罪	・tội bắt người vô cớ/ tội bắt người trái phép dẫn đến tử vong

・逮捕致傷罪	・tội bắt người vô cớ/ tội bắt người trái phép dẫn đến gây thương tích
・大麻取締法違反（所持，譲渡，譲受，使用，輸入）	・vi phạm luật kiểm sóat cần sa (cất giữ, chuyển giao , tiếp nhận, sử dụng và nhập khẩu)
・多衆不解散罪	・tội tụ tập không chịu giải tán
・談合罪	・tội gian xếp trước trong đấu thầu
・通貨偽造罪	・tội làm giả tiền tệ
・通貨偽造等準備罪	・tội chuẩn bị làm giả tiền tệ
・電子計算機使用詐欺罪	・tội sử dụng máy vi tính cho mục đích lừa đảo
・電子計算機損壊等業務妨害罪	・tội phá hủy máy vi tính với mục đích cản trở nhà chức trách thi hành công vụ
・電磁的記録不正作出罪	・tội sản xuất bất hợp pháp các loại sản phẩm điện tử như thẻ từ, đĩa mềm floppy, USB, CD-ROM v.v.
・電磁的公正証書原本不実記録罪	・tội ghi chép không trung thực nội dung như trong nguyên bản của bản công chứng/chứng chỉ/bằng cấp v.v…điện tử (như thẻ chứng minh đương sự v.v..)
・逃走援助罪	・tội giúp đỡ việc đào tầu/tẩu thóat
・逃走罪	・tội đào tầu/tẩu thóat
・盗品運搬（保管，有償譲受け，有償処分あっせん）罪	・tội vận chuyển (bảo quản,mua bán,môi giới) đồ ăn cắp
・盗品無償譲受け罪	・tội chuyển nhượng, sang tay đồ ăn cắp
・動物傷害罪	・tội làm hại hoặc giết súc vật của người khác
・特別公務員職権濫用罪	・tội lạm dụng chức quyền của công chức phụ trách loại công việc đặc biệt (như cảnh sát, giáo viên, quản tù v.v…)
・特別公務員職権濫用等致死罪	・tội lạm dụng chức quyền của công chức phụ trách loại công việc đặc biệt làm người khác tử vong
・特別公務員職権濫用等致傷罪	・tội lạm dụng chức quyền của công chức phụ trách loại công việc đặc biệt làm người khác bị thương

- 特別公務員暴行陵虐罪
  - tội của công chức phụ trách loại công việc đặc biệt hành hung người khác (như quản giáo hành hung tù nhân v.v…)
- 賭博罪
  - tội cờ bạc, cá độ
- 賭博場開帳等図利罪
  - tội mở sòng bạc với mục đích kiếm lời
- 富くじ発売罪
  - tội bán sổ số bất hợp
  - pháp

【は　行】

- 売春防止法違反（勧誘，客待ち）
  - vi phạm luật chống mại dâm (dụ khách, đợi khách)
- 背任罪
  - tội lạm dụng lòng tin
- 犯人隠避罪
  - tội tạo điều kiện để kẻ phạm tội chạy trốn
- 犯人蔵匿罪
  - tội che dấu, bao che cho kẻ phạm tội để không bị bắt
- 非現住建造物等放火罪
  - tội phóng hỏa nhà cửa/ công trình xây dựng không có người ở
- 被拘禁者奪取罪
  - tội cướp tù nhân, bị can, bị cáo
- 秘密漏示罪
  - tội tiết lộ thông tin bí mật
- 被略取者引渡し（収受，輸送，蔵匿，隠避）罪
  - tội trao (tiếp nhận, vận chuyển,che dấu, ngăn chặn công tác tìm kiếm của nhà chức trách) người bị bắt cóc
- 封印等破棄罪
  - tội hủy hoại dấu niêm phong
- 不実記録電磁的公正証書原本供用罪
  - tội cung cấp bản công chứng/chứng chỉ/ bằng cấp, thẻ điện tử có ghi những điều giả mạo không là nội dung nguyên bản
- 侮辱罪
  - tội sỉ nhục/ làm nhục người khác
- 不正作出電磁的記録供用罪
  - tội cung cấp, làm giả các loại thẻ từ bất hợp pháp
- 不正電磁的記録カード所持罪
  - tội cất giữ mang theo trong người trái phép các loại thẻ từ
- 不退去罪
  - tội không chịu rời khỏi nơi bị trục xuất
- 不動産侵奪罪
  - tội chiếm giữ bất động sản bất hợp pháp
- 放火予備罪
  - tội âm mưu phóng hỏa
- 暴行罪
  - tội hành hung người khác

・保護責任者遺棄罪 　　　　　　・tội phụ huynh, người bảo trợ bỏ bê trách nhiệm nuôi dưỡng bảo vệ (con cái v.v…)

・保護責任者遺棄致死罪 　　　　・tội phụ huynh, người bảo trợ bỏ bê trách nhiệm nuôi dưỡng bảo vệ (con cái) dẫn đến tử vong

・保護責任者遺棄致傷罪 　　　　・tội phụ huynh, người bảo trợ bỏ bê trách nhiệm nuôi dưỡng bảo vệ (con cái) dẫn đến bị thương tích

【ま　行】

・未成年者略取（誘拐）罪 　　　・tội bắt cóc trẻ vị thành niên

・身の代金目的被略取者収受罪 　・tội nhận giữ người bị bắt cóc để đòi tiền chuộc

・身の代金目的略取罪 　　　　　・tội bắt cóc người để đòi tiền chuộc

・身の代金目的略取等予備罪 　　・tội âm mưu bắt cóc để tống tiền

・身の代金要求罪 　　　　　　　・tội đòi tiền chuộc

・無印公文書偽造罪 　　　　　　・tội giả mạo giấy tờ công không đóng dấu tội giả mạo giấy tờ công không có mộc/dấu

・無印私文書偽造罪 　　　　　　・tội giả mạo giấy tờ tư không có mộc/dấu

・名誉毀損罪 　　　　　　　　　・tội phỉ báng làm mất danh dự của người khác

【や　行】

・有印公文書偽造罪 　　　　　　・tội giả mạo giấy tờ công có đóng mộc/dấu

・有印私文書偽造罪 　　　　　　・tội giả mạo giấy tờ tư có đóng mộc/dấu

・有価証券偽造罪 　　　　　　　・tội làm giả mạo chứng từ có giá

【わ　行】

・わいせつ物所持罪 　　　　　　・tội cất giữ, sở hữu hình ảnh, sách báov.v.. khiêu dâm

・わいせつ物頒布（販売，公然陳列）罪 　・tội phân phát (buôn bán, bày biện nơi công cộng) sách báo, hình ảnh v.v… khiêu dâm

資料

証拠等関係カードの略語表（19ページ参照）

1，2…	第1回公判，第2回公判……〔「期日」欄のみ〕	捜 押	捜索差押調書
前1，前2…	第1回公判前整理手続，第2回公判前整理手続…	任	任意提出書
間1，間2…	第1回期日間整理手続，第2回期日間整理手続…	領	領置調書
※1，※2…	証拠等関係カード（続）「※」欄の番号1，2……の記載に続く	仮 還	仮還付請書
決 定	証拠調べをする旨の決定	還	還付請書
済	取調べ済み	害	被害届，被害てん末書，被害始末書，被害上申書
裁	裁判官に対する供述調書	追 害	追加被害届，追加被害てん末書，追加被害始末書，追加被害上申書
検	検察官に対する供述調書	答	答申書
検 取	検察官事務取扱検察事務官に対する供述調書	質	質てん末書，質取始末書，質受始末書，質取上申書，質受上申書
事	検察事務官に対する供述調書	買	買受始末書，買受上申書
員	司法警察員に対する供述調書	始 末	始末書
巡	司法巡査に対する供述調書	害 確	被害品確認書，被害確認書
麻	麻薬取締官に対する供述調書	放 棄	所有権放棄書
大	大蔵事務官に対する質問てん末書	返 還	協議返還書
財	財務事務官に対する質問てん末書	上	上申書
郵	郵政監察官に対する供述調書	報	捜査報告書，捜査状況報告書，捜査復命書
海	海上保安官に対する供述調書	発 見	遺留品発見報告書，置去品発見報告書
弁 録	弁解録取書	現 認	犯罪事実現認報告書
逆 送	家庭裁判所の検察官に対する送致決定書	写 報	写真撮影報告書，現場写真撮影報告書
告 訴	告訴状	交 原	交通事件原票
告 調	告訴調書	交原（報）	交通事件原票中の捜査報告書部分
告 発	告発状，告発書	交原（供）	交通事件原票中の供述書部分
自 首	自首調書	検 調	検証調書
通 逮	通常逮捕手続書	実	実況見分調書
緊 逮	緊急逮捕手続書	捜 照	捜査関係事項照会回答書，捜査関係事項照会書，捜査関係事項回答書
現 逮	現行犯人逮捕手続書	免 照	運転免許等の有無に関する照会結果書，運転免許等の有無に関する照会回答書，運転免許調査結果報告書
捜	捜索調書	速 力	速度違反認知カード
押	差押調書	選 権	選挙権の有無に関する照会回答書

診	診断書	嘆	嘆願書
治 照	交通事故受傷者の病状照会について，交通事故負傷者の治療状況照会，診療状況照会回答書，治療状況照会回答書	(謄)	謄本
検 視	検視調書	(抄)	抄本
死	死亡診断書，死体検案書	(検)	検察官
酒 カ	酒酔い酒気帯び鑑識カード	(検取)	検察官事務取扱検察事務官
鑑 嘱	鑑定嘱託書	(事)	検察事務官
鑑	鑑定書	(員)	司法警察員
電 話	電話聴取書，電話報告書	(巡)	司法巡査
身	身上照会回答書，身上調査照会書，身上調査票，身上調査回答	(大)	大蔵事務官
戸	戸籍謄本，戸籍抄本，戸籍（全部・一部・個人）事項証明書	(財)	財務事務官
戸 附	戸籍の附票の写し	(被)	被告人
登 記	不動産登記簿謄本，不動産登記簿抄本，登記（全部・一部）事項証明書		
商登記	商業登記簿謄本，商業登記簿抄本，登記（全部・一部）事項証明書		
指	指紋照会回答票，指紋照会書回答票，指紋照会書通知書，指紋照会回答書，指紋照会書回答書，指紋照会回答書		
現 指	現場指紋による被疑者確認回答書，現場指紋等確認報告書		
氏 照	氏名照会回答書，氏名照会票，氏名照会記録書		
前 科	前科調書，前科照会（回答）書，前科照会書回答		
前 歴	前歴照会（回答）書		
犯 歴	犯罪経歴回答書，犯罪経歴電話照会回答書		
外 調	外国人登録（出入国）記録調査書		
判	判決書謄本，判決書抄本，調書判決謄本，調書判決抄本		
決	決定書謄本，決定書抄本		
略	略式命令謄本，略式命令抄本		
示	示談書，和解書		
受	受領書，受領証，領収書，領収証，受取書，受取証		
現 受	現金書留受領証，現金書留引受証		
振 受	振込金兼手数料受領書，振込金受領書		
寄 附	贖罪寄附を受けたことの証明		

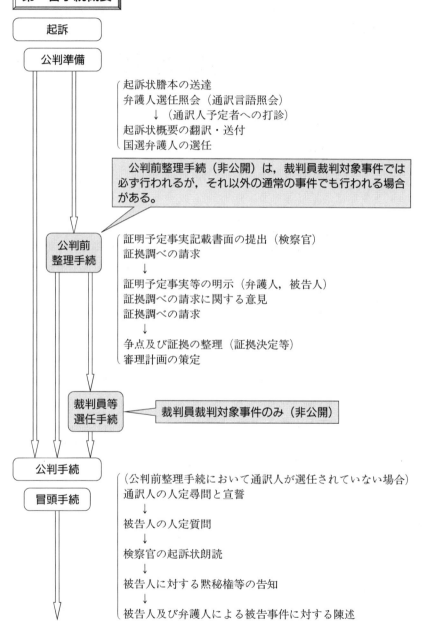

第一審手続概要

起訴

公判準備

起訴状謄本の送達
弁護人選任照会（通訳言語照会）
　　　↓（通訳人予定者への打診）
起訴状概要の翻訳・送付
国選弁護人の選任

公判前整理手続（非公開）は，裁判員裁判対象事件では必ず行われるが，それ以外の通常の事件でも行われる場合がある。

公判前
整理手続

証明予定事実記載書面の提出（検察官）
証拠調べの請求
　　　↓
証明予定事実等の明示（弁護人，被告人）
証拠調べの請求に関する意見
証拠調べの請求
　　　↓
争点及び証拠の整理（証拠決定等）
審理計画の策定

裁判員等
選任手続

裁判員裁判対象事件のみ（非公開）

公判手続

冒頭手続

（公判前整理手続において通訳人が選任されていない場合）
通訳人の人定尋問と宣誓
　　　↓
被告人の人定質問
　　　↓
検察官の起訴状朗読
　　　↓
被告人に対する黙秘権等の告知
　　　↓
被告人及び弁護人による被告事件に対する陳述

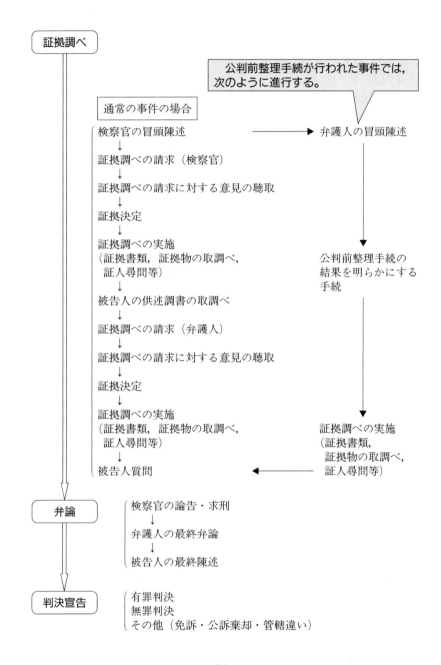

証拠調べ

公判前整理手続が行われた事件では，次のように進行する。

通常の事件の場合

検察官の冒頭陳述
↓
証拠調べの請求（検察官）
↓
証拠調べの請求に対する意見の聴取
↓
証拠決定
↓
証拠調べの実施
（証拠書類，証拠物の取調べ，
　証人尋問等）
↓
被告人の供述調書の取調べ
↓
証拠調べの請求（弁護人）
↓
証拠調べの請求に対する意見の聴取
↓
証拠決定
↓
証拠調べの実施
（証拠書類，証拠物の取調べ，
　証人尋問等）
↓
被告人質問

弁護人の冒頭陳述

公判前整理手続の
結果を明らかにする
手続

証拠調べの実施
（証拠書類，
　証拠物の取調べ，
　証人尋問等）

弁論
検察官の論告・求刑
↓
弁護人の最終弁論
↓
被告人の最終陳述

判決宣告
有罪判決
無罪判決
その他（免訴・公訴棄却・管轄違い）

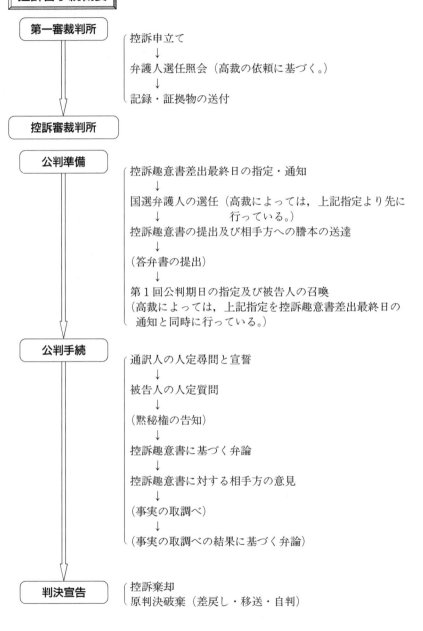

控訴審手続概要

第一審裁判所
　控訴申立て
　　↓
　弁護人選任照会（高裁の依頼に基づく。）
　　↓
　記録・証拠物の送付

控訴審裁判所

公判準備
　控訴趣意書差出最終日の指定・通知
　　↓
　国選弁護人の選任（高裁によっては，上記指定より先に
　　↓　　　　　　　行っている。）
　控訴趣意書の提出及び相手方への謄本の送達
　　↓
　（答弁書の提出）
　　↓
　第1回公判期日の指定及び被告人の召喚
　（高裁によっては，上記指定を控訴趣意書差出最終日の
　　通知と同時に行っている。）

公判手続
　通訳人の人定尋問と宣誓
　　↓
　被告人の人定質問
　　↓
　（黙秘権の告知）
　　↓
　控訴趣意書に基づく弁論
　　↓
　控訴趣意書に対する相手方の意見
　　↓
　（事実の取調べ）
　　↓
　（事実の取調べの結果に基づく弁論）

判決宣告
　控訴棄却
　原判決破棄（差戻し・移送・自判）

法廷通訳ハンドブック　実践編
【ベトナム語】（改訂版）　　　　　　　　書籍番号　31-17

平成12年 5 月10日　第 1 版第 1 刷発行
平成24年 5 月30日　改訂版第 1 刷発行
令和 6 年 7 月30日　改訂版第 3 刷発行

監　　修　　最高裁判所事務総局刑事局

発 行 人　　福　　田　　千　恵　子

発 行 所　　一般財団法人　法　曹　会

〒100−0013　東京都千代田区霞が関1-1-1
振替口座　00120−0−15670
電　　話　03−3581−2146
http://www.hosokai.or.jp/

落丁・乱丁はお取替えいたします。　　　印刷製本／㈱プライムステーション

ISBN 978-4-86684-036-9